LUÂN HOÁN

THƠ VÀ HỒI KÝ VẦN VĂN

NỖI NHỚ QUÊN NHÀ

từ MONTREAL

Nhân Ảnh 2024

NỖI NHỚ QUÊ NHÀ TỪ MONTREAL
Thơ Luân Hoán
Bản vẽ Luân Hoán từ họa sĩ Trần Nho Bụi & Nguyễn Sông Ba
Dàn trang: Châu Lê
Bìa: Trần Triết
Tựa: Uyên Nguyên
Bạt: Đỗ Trường
Dò chính tả: Hồ Đình Nam
Chăm sóc in: Lê Hân
Nhà xuất bản Nhân Ảnh
Năm phát hành tháng 10-2024

ISBN: 979-8-3304-7387-8

ảnh Trần Thị Lý

MỤC LỤC

1. Bài đầu sách | **12**
2. Uyên Nguyên: Quê hương, Nỗi nhớ và … | **14**
3. Thơ thay lời tựa | **21**

PHẦN I: NGẬM NGHE NHỊP THỞ TÌNH

1. Nhớ nhà | **25**
2. Quê hương trên mây | **27**
3. Ở, đi là sống tùy nghi | **28**
4. Địa danh | **30**
5. Xa nguồn mất gốc | **34**
6. Trường cửu | **35**
7. Hẹn tiếp | **36**
8. Bâng khuâng | **37**
9. Thư cuối đông gửi Trần Huiền Ân | **38**
10. Nhạt nhòa không rõ tứ thơ | **40**
11. Đất trời và tôi | **42**
12. Chấp nhận | **43**
13. Góc vườn nắng xanh xứ người | **44**
14. Ở xa | **46**
15. Chào người đang ở quê nhà | **48**
16. Trí nhớ về chiều | **50**
17. Đi xa | **51**
18. Nhớ nhà sinh bệnh đứng đường | **52**
19. Vị trí tùy tâm trạng | **54**
20. Tổ quốc không cũ bao giờ | **56**

21. Hai giấc chiêm bao | **58**
22. Vài câu lót đường bay đưa bạn về lại Huế | **61**
23. Già tôi, tổ quốc và em | **62**
25. Ảo ảnh mùa thu quê hương | **64**
26. Ngao du | **66**
27. Thế nào rồi cũng phải vui | **67**
28. Bước một bước hai đời ngẫu nhiên | **68**
29. Chạy bên rìa sân bay | **70**
30. Đi bộ ở Rivièete des Prairies | **72**
31. Đôi bạn lẩm cẩm | **75**
32. Âm vang mưa | **76**
33. Thơ mưa | **78**
34. Về một bảng hiệu | **80**
35. Tình thơ mùa thu | **82**
36. Gởi bạn văn Hà Thúc Sinh | **84**
37. Vô cảm | **86**
38. Hạnh phúc | **87**
39. Đi | **88**
40. Ba mặt giáp tình | **90**
41. Nhớ thương tưởng tiếc | **91**
42. Bất ngờ gặp lại mưa dông | **92**
43. Xem ảnh đời thường | **93**
44. Quà từ Nguyễn Phú Dũng | **94**
45.Tạ lỗi | **96**
46. Quê hương | **97**
47. Sống lại một chút xa xưa, thương ngày chị … | **98**
48. Không chết không về | **100**
49. Yên tâm | **102**
50. Dạo qua lối cũ đường xưa | **104**
51. Ảng bèo nuôi ấu thơ tôi … | **107**
52. Mừng được quang vai giữa quê nhà | **110**
53. Cam phận | **113**
54. Nhớ bất tử những cái nhà | **114**
55. Hồ nghi | **116**
56. Về | **117**
57. Miếu | **118**
58. Hồi hương | **120**

PHẦN II: HÍT THỞ CÙNG ĐỊA DANH, HÌNH ẢNH:

1. Góc Tình Sông Xanh Núi Biếc:

1. Tứ Hòa tục gọi sông Tiên | **123**
2. Thu Bồn sông nuôi Quảng Nam | **124**
3. Sông Hàn phà đợi ai qua | **126**
4. Triền cát bên sông Đò Xu | **129**
5. Chia tay bên sông Hàn | **130**
6. Cầu trên sông Hàn | **133**
7. Sông Hàn ở Montréal | **134**
8. Dòng Vĩnh Điện, sông quê mẹ hiền | **137**
9. Sông Hương thơm lòng cố đô | **139**
10. Cầu và sông Câu Lâu | **142**
11. Bên sông Trà Khúc | **144**
12. Gác cầu sông Vệ đêm Sương | **146**
13. Biển | **148**
14. Biển Hà Quảng | **150**
15. Biển Thanh Bình Đà Nẵng | **152**
16. Phảng phất hương núi Sơn Chà | **154**
17. Phú Thượng Bà Nà Núi Chúa | **156**
18. Núi rừng Tiên Phước Trà Mi | **158**
19. Kỳ vỹ Hải Vân Sơn | **160**
20. Ngự Bình tròn méo chưa lưu gót | **162**
21. Những ngọn núi Quảng Ngãi … | **164**
22. Điểm đứng ở đèo Bình Đê | **166**
23. Đêm đèo Cả | **168**
24. Đèo Le thời tôi lên năm | **170**
25. Biển Mỹ Khê | **172**

2. Góc đất tình Hội An

1. Ngôi nhà đầu đời | **174**
2. Thăm lại nơi ra đời | **176**
3. Hội An qua ảnh chụp trên VN Express | **178**

4. Hù bạn mọc rễ | **181**
5. Hội An Technicolor | **182**

3. Góc đất tình Tiên Phước

1. Tiên Châu Tiên Hội Tiên Phước | **186**
2. Những con đường rừng Tiên Châu | **188**
3. Ngõ đá thiên nhiên | **190**
4. Cùng Hân thời ở Tiên Châu | **192**

4. Góc đất tình Liêm Lạc Hòa Đa

1. Liêm Lạc Hòa Đa | **198**
2. Nhớ chim làng thời thơ ấu | **200**
3. Tình vui con mắt sang sông | **202**
4. Nhà xưa nơi rơm rạ | **204**
5. Vẽ lên tường miếu đình | **207**
6. Hồ cau chim sống trước nhà | **208**

5. Góc đất tình Đà Nẵng

1. Bài thơ này vẫn một trái tim | **212**
2. Sót trong trí nhớ | **215**
3. Mì Quảng từ tay em | **218**
4. Nhớ một kỷ niệm với cầu De Lattre | **220**
5. Cồn hoang tiền thân chợ Cồn | **222**
6. Xuống phi trường Đà Nẵng | **224**
7. Đầu năm nhớ ngôi nhà 58 Hùng Vương | **225**
8. Đổi thay mặt bờ sông Hàn | **228**
9. Sân vận động Chi Lăng | **230**
10. Xóm Chuối | **234**
11. Giếng Bể một thời mê bắp nướng | **236**
12. Giếng Bộng nhắc nhớ linh tinh | **238**
13. Hồn đá Ngũ Hành Sơn | **240**
14. Tiếc cái Cầu Vồng đã mất | **245**
15. Không vào hiệu sách tình cờ | **246**

16. Hành nghề không thuận tay nào | **249**
17. Dương liễu biển Thanh Bình | **250**
18. Nghe tin bạn rời đường Trưng Nữ Vương | **252**
19. Xem ảnh mới của trường cũ | **255**
20. Ngôi nhà 72 Triệu Nữ Vương | **256**
21. Đà Nẵng thất tình đi đâu | **260**
22. Nhờ trường xưa và thuở tôi xưa | **263**
23. Hình dung Đà Nẵng trong lần sẽ về thăm… | **266**

6. Góc đất tình Huế Thừa Thiên

1. Hồ Tịnh Tâm đầu thập niên bảy mươi | **270**
2. Nhớ Huế | **272**
3. Huế | **274**
4. Xem ảnh nhà văn Vĩnh Quyền … | **275**
5. Giọng nữ Huế | **278**
6. Tiếc bữa ghé Huế vội | **279**
7. Một khoảnh khắc về Huế | **280**
8. Đò rượu | **282**
9. Đi cùng sông trôi | **283**
10. Một đêm trên sông Hương | **284**
11. Qua cầu Thanh Toàn | **285**
12. Thật thương chùm rễ cây đa | **286**

7. Góc đất tình Quảng Ngãi

1. Quảng Ngãi thời tôi mang súng | **289**
2. Trưa dù về phố uống cà phê | **292**
3. Mang tình Quảng Nam đắp lòng Quảng Ngãi | **294**
4. Lang thang vào trường Trần Quốc Tuấn | **296**
5. Khi ở Trùng Khánh 43 Phan Bội Châu | **298**
6. Một nơi nào đó trong vùng Sa Huỳnh | **302**
7. Đức Phụng liền Đức Hải | **304**
8. Rớt giọt máu mà nhớ chi nhớ miết | **307**

8. Góc đất tình Sài Gòn

1. Trang thơ chép tay ở 22 Lê Lợi, nhà chị cả | **312**
2. Về Lê Lợi Quận 1 | **314**
4. Về Việt Nam ăn Tết | **316**
4. Nếu tôi đang ở Sài Gòn | **320**
5. Quà từ Sài Gòn | **321**

9. Góc đất tình Quảng Nam và những địa danh khác:

1. Vĩnh Điện quê ngoại | **324**
2. Những lần đến với Tam Kỳ | **327**
3. Đà Lạt khi tưởng tượng | **332**
4. Bất ngờ được thăm Đà Lạt | **335**
5. Nha Trang thành phố lướt qua nhiều lần | **338**
6. Hậu quả chuyến thăm Qui Nhơn | **340**
7. Nhớ thật nhớ quân trường BB Thủ Đức | **344**
8. Nhớ người bạn bén đất Bình Dương | **346**
9. Theo em qua cầu Rạch Miễu | **352**
10. Một chuyến về Hà Nội không có thật | **354**

10. Góc cuối:

1. Hệ lụy cùng ràng buộc | **358**
2. Bài cuối cho tập thơ linh tinh | **363**
3. Đỗ Trường: Luân Hoán, những trang hồi ký bằng thơ | **365**

LỜI ĐẦU SÁCH

Tập "Nỗi Nhớ Nhà Từ Montréal" thật tình tôi chưa muốn in trong năm nay (2024), dù không có lý do gì cụ thể, ngoài lưỡng lự. Cũng chính sự đắn đo nội dung ở một số ít bài, đã làm chậm ngày phát hành tập thơ. Cũng may trong thời gian này, tôi đã nhờ một người bạn, trung úy Hồ Đình Nam của VNCH dò lại sai sót chính tả, và anh đã lượm ra 18 chữ lỗi, quí hơn nữa sau khi đọc, anh Nam đã gõ vội cho mấy dòng cảm nhận, anh cũng là người viết văn nhưng không phải là tay chuyên nhận định văn thơ. Tôi xin phép đăng nguyên văn sau đây:

"Tôi đọc không sót bài thơ nào trong thi phẩm Nỗi Nhớ Quê Nhà Từ Montréal của Luân Hoán, nhà thơ của quê hương, đất nước, dân tộc từ những năm tháng sống ở quê nhà đến lúc sống ở Canada. Nỗi nhớ không nguôi về những địa danh xã, ấp, Quận, Huyện mà một thời nhà thơ đã đặt chân lên đó mãi mãi lưu luyến trong đời. Thơ Luân Hoán ngợi ca tình yêu quê hương, những tình cảm chan chứa tình bạn, bóng dáng các cô gái đôi khi cũng thoáng hiện trong tập thơ này.

Tôi sinh trưởng ở Huế, nhưng đã qua tuổi trung niên trên nhiều vùng đất lạ Quảng Nam như Tiên Phước, Quế Sơn, Hoà Vang, Điện Bàn... Đọc thơ Luân Hoán trong thi phẩm này, tôi tìm thấy lại chân dung mình trong ngày tháng cũ. Luân Hoán ngày xưa và Luân Hoán hôm nay là một với tình quê hương, thơ quê hương" - Hồ Đình Nam.

Thơ về Quê Hương, tôi viết khá nhiều, ngay ở tập đầu tay Về Trời qua Trôi Sông... gần như tập nào cũng có, vài tập dành cả cho chủ đề này, lồng cùng tình yêu nam nữ; cụ thể như Rượu Hồng Đã Rót, Cỏ Hoa Gối Đầu, Sông Núi Cùng Người Thơm Ngát Thơ, Cảm Ơn Đất Đá Trổ Thơ, Thanh Thi, Mời Em Lên Ngựa, Ngao Du Cùng Vũ Khí, Khói Cuối Nguồn Hương...

Những bài trong tập này chưa đi trong những tập trước, Các địa danh chính với riêng tôi trong tập này có số lượng bài ít vì đã viết trong 30 thi phẩm đã in.

In thơ trong thời điểm này chỉ có mục đích lưu trong suốt quá trình sáng tác của mình và cho có đầu sách đứng trong tủ sách gia đình riêng cùng vài thư viện nước người.

Cảm ơn tất cả các bạn có duyên đọc chơi.

Luân Hoán

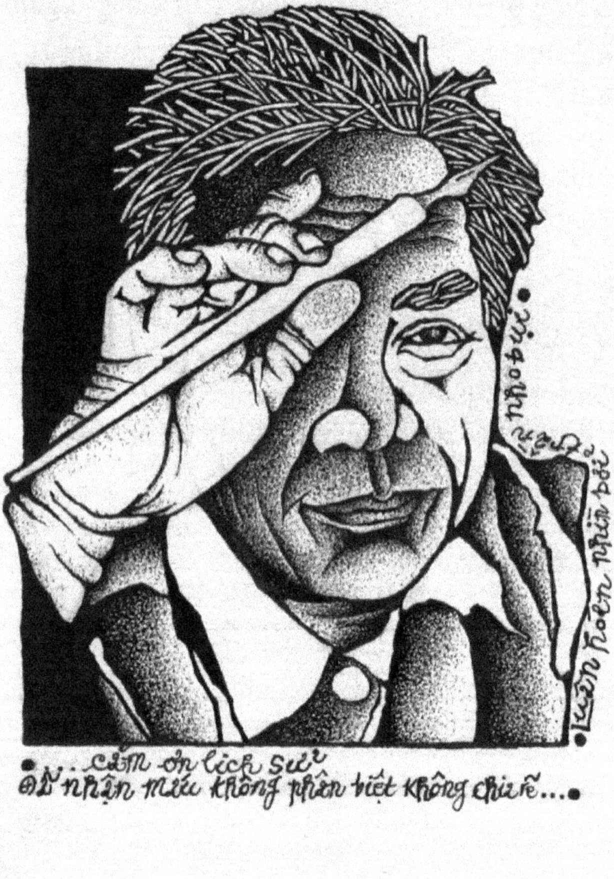

Luân Hoán, qua nét vẽ Trần Nho Bụi

Luân Hoán, qua bản vẽ Nguyễn Sông Ba

UYÊN NGUYÊN

QUÊ HƯƠNG, NỖI NHỚ VÀ CUỘC LỮ HÀNH TRONG TÂM THỨC CỦA NHÀ THƠ LUÂN HOÁN

Giữa muôn trùng ký ức đan xen hiện thực, con người thường gắn kết đời mình với một vùng đất, một miền quê mà ta thân thương gọi là "quê hương". Quê hương không chỉ là nơi chôn nhau cắt rốn, nơi bàn tay mẹ cha dịu dàng nâng niu từng bước đi đầu đời, mà còn là miền thổn thức của tâm hồn, là bến bờ để trái tim neo đậu giữa dòng đời phiêu bạc. Đối với những người Việt tha phương, hình ảnh quê hương chẳng bao giờ phai nhạt, vẫn in đậm trong từng câu ca, khúc hát, trong từng giấc mơ về một quá khứ xa xôi. Cái "nhớ" ấy như sợi dây vô hình buộc chặt tâm hồn mình vào nơi chốn cũ, nơi mà dù có cách xa về không gian, nhưng tâm tưởng thì vẫn còn vang vọng mãi.

Tác phẩm "Nỗi Nhớ Nhà Từ Montréal" của nhà thơ Luân Hoán như một tấm gương phản chiếu trọn vẹn nỗi niềm ấy. Từng câu thơ giản dị mà thấm đẫm tình yêu, ông dẫn dắt người đọc vào hành trình nội tâm, nơi mà ký ức và hiện thực hòa quyện như một dòng sông cuồn cuộn bao xúc cảm. Nhà thơ, trong cái nhớ da diết về quê nhà, không chỉ hồi tưởng về những địa danh thân thương mà còn soi chiếu vào chính tâm can mình, nhận ra sự mong manh của đời người và sự bền bỉ vô thủy vô chung của tình yêu quê hương, dù cách trở muôn trùng.

Quê hương không chỉ là mảnh đất cưu mang tuổi thơ mà còn là nơi định hình bản vị, nơi nuôi dưỡng nguồn mạch sáng tạo và tình yêu sâu thẳm với cội nguồn. Với nhà thơ Luân Hoán, quê hương là ngọn nguồn bất tận của cảm hứng, là nơi mà mỗi câu thơ được dệt nên bằng cả tấm lòng chân phương, giản dị mà chứa chan nghĩa tình. *"Thơ về Quê Hương tôi viết khá nhiều... gần như tập nào cũng có vài bài dành cho chủ đề này lồng cùng tình yêu nam nữ..."* (Luân Hoán). Những hình ảnh như *"tàu cau ươn ướt mù sương / vàng pha trắng nở mùi hương ngọt trời"* hay *"bụi bám gót bước lầm lì / tuổi thơ trên bãi cỏ quì thòng chân"* không chỉ gợi lên cảnh vật quen thuộc mà còn khắc họa tâm hồn tinh tế, nơi ký ức và hiện thực đan xen như một bản giao hưởng của nỗi niềm.

Thơ của Luân Hoán như dòng sông êm đềm nhưng đầy sức mạnh ngầm. Dù xa xôi vạn dặm, quê hương vẫn là nguồn cảm hứng không bao giờ kiệt cạn, là gốc rễ mà ông không bao giờ quên. Những mảnh ký ức đan xen với cuộc sống hiện tại, tạo nên một bức tranh tinh tế của tâm thức người xa xứ.

Trong lòng người Việt, nỗi nhớ nhà không chỉ là sự hoài niệm về nơi chốn mà còn là cuộc hành trình tìm về cội rễ, về những giá trị vĩnh hằng đã hun đúc nên tâm hồn và đời sống. Với người xa xứ, nỗi nhớ ấy như một dòng sông âm ỉ chảy qua năm tháng, không bao giờ cạn. Trong bài thơ "Nhớ Nhà", Luân Hoán viết: *"Nhớ nhà, loại nhớ đỉnh cao / ngồi không chán nản nao nao lòng buồn"*. Nỗi nhớ ấy không chỉ là cảm xúc thoáng qua, mà như một dòng chảy không dứt, khắc sâu trong từng câu chữ, dòng thơ.

Quê hương, với những giá trị tinh thần và văn hóa, đã in dấu đậm nét trong tâm hồn mỗi người. Khi xa quê, chúng ta không chỉ nhớ những cảnh vật thân quen mà còn nhớ những giá trị tinh túy đã kết tinh thành bản sắc. Ông viết: *"quê nhà là chị gốc da sân đình"*, hay *"mùi quê quán cũ châu trân vẫn còn"*.

Mỗi câu thơ của ông như một tiếng thở dài khẽ khàng, nhưng mang theo cả một bầu trời kỷ niệm, khiến người đọc cảm nhận được nỗi buồn man mác và tình yêu vô hạn với quê hương.

Sống nơi đất khách, con người không tránh khỏi những cảm xúc đối lập. Trái tim bị giằng xé giữa việc hòa nhập với cuộc sống mới và sự lưu luyến với quê hương. Trong thơ Luân Hoán, sự xung đột nội tâm này được thể hiện rõ nét qua những câu thơ tinh tế: *"quê hương địa lý xa xôi / nhưng trong thương nhớ tâm tôi quá gần"*. Không gian xa cách, nhưng tâm hồn luôn bồi hồi, rạo rực với những ký ức về một quê nhà xa ngái.

Đối với người Việt lưu vong, việc giữ gìn bản sắc văn hóa, truyền thống là một nghĩa vụ thiêng liêng và khó khăn. Sự mâu thuẫn giữa việc ở lại hay trở về, giữa việc chấp nhận cuộc sống mới và giữ gìn những giá trị cũ đã trở thành một phần không thể thiếu của hành trình nội tâm. Nhưng cũng chính nhờ những giằng xé ấy, tình yêu quê hương của chúng ta lại càng sâu sắc, mãnh liệt hơn.

Dẫu thời gian có thể bào mòn tất cả, dẫu cuộc sống có đưa đẩy con người đi đến đâu, quê hương vẫn mãi là biểu tượng vĩnh cửu trong tâm hồn. Với Luân Hoán, quê hương không chỉ là nơi ông sinh ra và lớn lên, mà còn là nơi tâm hồn ông tìm về, nơi chứa đựng những giá trị bất biến. Trong bài thơ "Nỗi Nhớ Quê Nhà Từ Montréal," ông viết: "*quê hương tổ quốc vô cùng*", một câu thơ ngắn gọn nhưng đong đầy cảm xúc, như thể quê hương là điều gì đó vô hạn, không thể đo đếm bằng không gian hay thời gian.

Với ông, quê hương không chỉ là một mảnh đất địa lý mà còn là nguồn sống tinh thần, là nơi tâm hồn tìm về giữa những đêm dài trăn trở. Và dù cuộc sống có thay đổi thế nào, tình yêu ấy vẫn mãi còn, không bao giờ phai lạt.

Tình yêu quê hương trong thơ của Luân Hoán không ồn ào, mà lặng lẽ như dòng suối nhỏ giữa rừng sâu, âm thầm mà bền bỉ. Nó không phải là nỗi nhớ đơn thuần, mà là sự kết nối sâu xa, là dòng chảy ngầm len lỏi qua từng vần thơ. Ông viết: *"quê hương là mẹ, quê nhà là chị"*, một phép ẩn dụ giản dị nhưng đầy xúc cảm, như thể quê hương là máu thịt, là phần linh hồn không thể tách rời.

Nỗi nhớ nhà trở thành nguồn động lực, nguồn cảm hứng để ông tiếp tục cuộc sống nơi đất khách, dù biết rằng quê hương giờ đây chỉ còn là ký ức. Những ký ức ấy không chỉ giúp ông vượt qua những khó khăn về vật chất, mà còn là nơi nương tựa tinh thần, nơi ông tìm thấy sự an ủi giữa những ngày tháng xa quê.

Quê hương không chỉ là nơi chốn, mà còn là nơi mà tâm hồn tìm thấy sự bình an, nơi mà những giá trị văn hóa và tinh thần của một dân tộc được lưu giữ và bảo tồn: *"quê hương còn trong trí người / ngẩng đầu còn thấy mây trời cũng vui"*. Chỉ cần nhìn thấy mây trời, nghe tiếng gió thổi cũng đủ để gợi lên hình ảnh quê nhà, khiến ông cảm thấy mình chưa bao giờ rời xa nơi ấy.

Những hình ảnh ấy không chỉ là sự hoài niệm mà còn là nguồn khích lệ tinh thần, giúp ông tìm thấy niềm vui trong những khoảnh khắc nhỏ bé nhất của cuộc sống tha phương.

Sống nơi đất khách, mỗi ngày trôi qua là một cuộc hành trình nội tâm đầy giằng xé giữa việc ở lại hay trở về. Trong thơ Luân Hoán, ta cảm nhận được sự dằn vặt, sự phân vân giữa việc hòa nhập với cuộc sống mới và nỗi niềm tha thiết với quê nhà. Ông viết: *"ở xa không lẽ ở hoài / về trong lụm cụm dẫu sai đường giày"*. Sự mâu thuẫn này là tâm trạng chung của nhiều người xa xứ, khi không ngừng đối mặt với sự đứt gãy giữa hai miền đất nước.

Những câu thơ của Luân Hoán không chỉ là tiếng lòng của riêng ông, mà còn là tiếng nói chung của bao người con đất Việt đang sống xa quê, vừa đau đáu về quá khứ, vừa đối diện với hiện thực.

Khát vọng trở về quê hương luôn là một chủ đề xuyên suốt trong thơ ca của Luân Hoán. Đối với ông, trở về không chỉ là sự đoàn tụ về thể xác mà còn là sự tìm lại chính mình, tìm về với những giá trị cội nguồn đã bị lãng quên. Nhưng ông cũng hiểu rằng, sự trở về đôi khi chỉ là một khát vọng không bao giờ thành hiện thực. Trong bài thơ *"Bất Ngờ Gặp Lại Mưa Dông"*, ông viết: *"giá sống hoài tuổi dễ thương không già"*, một ước nguyện được mãi mãi trở về thời thơ ấu, nơi mà quê hương vẫn còn nguyên vẹn trong trí nhớ.

Dù cho cuộc hành trình trở về ấy có thể không bao giờ hoàn thành, nhưng nó vẫn là nguồn động lực lớn lao để ông tiếp tục sống, tiếp tục sáng tác. Những vần thơ của Luân Hoán không chỉ là sự hoài niệm về quá khứ, mà còn là lời nhắn gửi về giá trị vĩnh hằng của quê hương trong tâm hồn mỗi con người.

Với Luân Hoán, quê hương không chỉ là nơi chốn mà còn là phần hồn không thể thiếu của mỗi con người. Tình yêu quê nhà không bao giờ mất đi, mà chỉ ngày càng đậm sâu, thấm vào từng câu thơ, từng dòng cảm xúc. Những vần thơ của ông là sự hòa quyện giữa nỗi nhớ, niềm đau và khát vọng trở về, là lời khẳng định rằng dù có đi xa đến đâu, quê hương vẫn mãi mãi là bến bờ bình yên nhất của tâm hồn.

Uyên Nguyên

THƠ THAY LỜI TỰA

"NỖI NHỚ QUÊ NHÀ TỪ MONTRÉAL"

tình quê hương
thơ quê hương
tôi viết hết sức tầm thường,
giản đơn
là những phác họa cùn mòn
hoặc những bản vẽ trẻ con học đường
có hình
có khối
thật luôn
rõ ràng màu sắc, chân phương đất trời
lập thể, trừu tượng
bốc hơi
truyền trần,
kiểu chụp ảnh phơi hiện tình
y như vật chứng để trình
tòa án hình sự chính minh làm bằng
*
ảnh thơ quê hương,
tôi chen
ít nhiều tình cảm mon men cận kề
nhà quê sáng nét chân quê
thành thị đậm chất đề huề phồn hoa
cũng luận chơi
chuyện nhớ nhà
vui buồn hợp chất kiểu cà phê pha
quê hương là mẹ quê nhà
quê nhà là chị gốc da sân đình…

*

trong thơ,
chủ thể hoạt hình
cái tôi dựng cảnh sống mình trước tiên
nhân vật phụ cũng được quyền
bày ra những mảnh đời riêng
đã rồi

*

tôi giữ mạch viết thảnh thơi
chữ vần luôn được đi đôi với tình
tôi không được nhiều thông minh
nhưng tin chắc
phổi tim mình trẻ trung
kể chuyện cũ
sẽ đi cùng
hình ảnh tình cảm
những vùng sống qua
kỷ niệm không có tuổi già
là nhân chứng tốt xưa xa vẫn còn
tôi xem đó,
những vết son
quê mùa tường thuật
đậm hồn vía tôi

*

làm thơ đúng là trò chơi
bằng cả mạng sống làm người tôi riêng
bạn đọc,
phê bình,
điều nghiên
luôn có trí não ngẫu nhiên bất ngờ
thơ, văn
hay chẳng dạng nào
chữ câu
tôi vẫn tự hào biết chơi

*

quê nhà, địa lý xa xôi
nhưng trong thương nhớ,
tâm tôi quá gần
xin lỗi,
hương của cục phân
mùi quê quán cũ châu trân vẫn còn

*

nằm sẵn đây, đợi đón đòn
bốn phương tám hướng dập dồn gởi cho
lằn roi tâm thức thơm tho
giúp tôi tăng sức xuất lò những thơ
không trang thơ
chẳng tản thơ
mà viên hay cục
có sao, tâm mình
ý từ hình ảnh lung linh
tùy theo giai đoạn
cứ linh hiển là
thơ trôi nổi cõi bao la
cảm ơn cơn gió vui tha hương đời
hôm nay còn đó ông trời
và tôi dưới ổng vẫn ngồi làm thơ.

LH, 8h55AM,
Mưa nhẹ mát trời
Armand Lavergne Montréal nord Canada

1. NGẬM NGHE NHỊP THỞ TÌNH

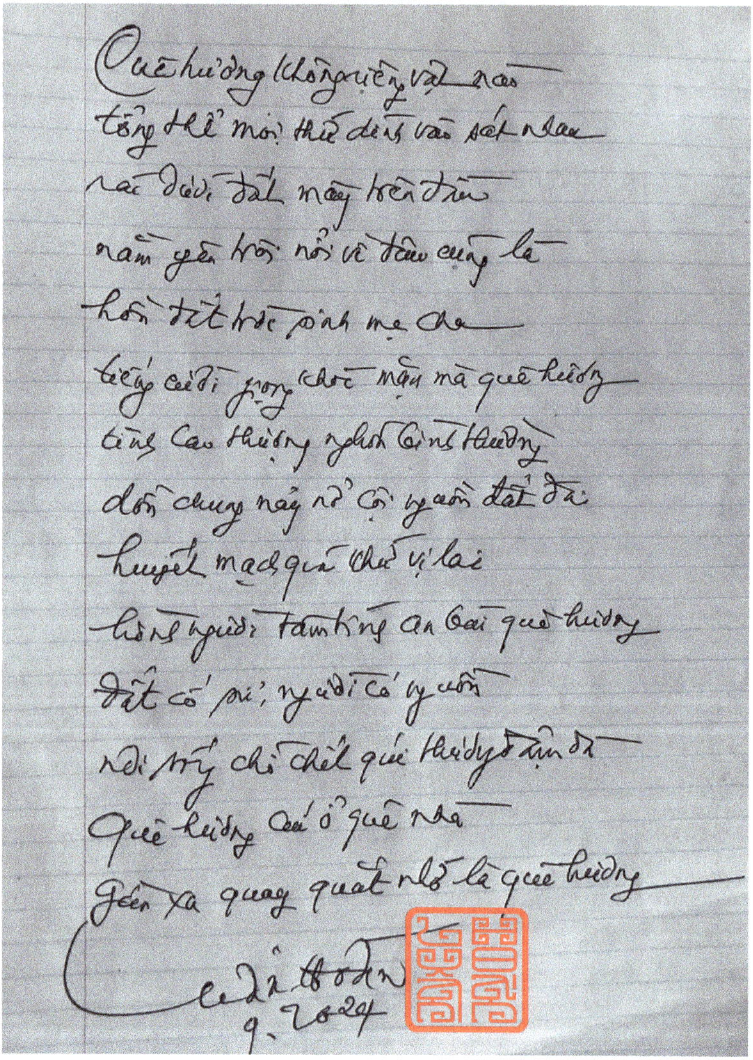
Quê hương không riêng vật nào
Tổng thể mọi thứ dính vào sát nhau
Sác dưới đất mây trên đầu
Nắm yên trời nổi ở đâu cũng là
Hồn đất trúc sinh mẹ cha
Tiếng cười giọng khóc mặn mà quê hương
Tình cao thượng nghĩa linh thường
Dồn chung nảy nở cội nguồn đất đai
Huyết mạch quá khứ vị lai
Hồn người tâm tưởng an bài quê hương
Đất có sử, người có nguồn
Nơi trổ chỗ chết quê thường ở tận đâ
Quê hương cái ở quê nhà
Gần xa quay quắt nhớ là quê hương

9.2024

NHỚ NHÀ

nhớ nhà
loại nhớ đỉnh cao
ngồi không chán nản nao nao lòng buồn
nỗi nhớ có mạch có nguồn
lâng lâng rỉ rả giọng chuông đẩy hồn

theo hụt hơi
ngân thầm
còn
buồn tan loãng giữa bãi cồn không tên
vô hình vô dạng mông mênh
tảng mây từ khói lênh đênh phiêu bồng

*

nhớ nhà
loại nhớ dông dông
từ con đường đến núi sông mơ hồ
từ vũng nước đến bờ ao
từ cửa ngõ đến hàng rào vu vơ

linh tinh lòng ngã chúi vào
hình này ảnh nọ xô bồ hiện ra
một rẻo nhớ
đủ đậm đà
thấm thía vết xước manh nha gợn buồn

*

nhớ nhà
loại nhớ bình thường
ai ai cũng ngộ trên đường mưu sinh
đến đi thường rất thình lình
nhưng là căn bản của tình nhân gian

thoáng qua một cách dịu dàng
hương gia vị sống nồng nàn bình dân
bảo lưu cẩn mật tinh thần
lạc quan hóa giải nợ nần bi quan

*

nhớ nhà
cốt cách điệu đàng
trong văn học nở vô vàn tinh hoa
hội họa âm nhạc chan hòa
áng văn xuôi khúc thi ca vần vè

nhớ nhà không bóng ma đè
có tay Phật Chúa bao che nâng người
chợt đuối chí chợt biếng lười
mươi phút tưởng tiếc bỗng vui nhẹ lòng

*

nhớ nhà,
tôi nhớ như không
nhớ mọi thứ nhớ lòng vòng quanh năm
nhớ khi đứng nhớ lúc nằm
ngồi và nhiều dạng tôi trong cuộc người

nhớ nhà,
rất riêng cõi tôi
thật là khó viết ra lời ba hoa
nói chung hai chữ "nhớ nhà"
đã là quá đủ thiết tha chân tình
24h26PM, khuya

QUÊ HƯƠNG TRÊN MÂY

định về xớ rớ đứng chơi
phù hư trong cõi tuyệt vời thơ văn
quê nhà cạch mặt,
ngờ rằng
ta gốc lẫn ngọn
là thằng lưu vong

chuyện không sai,
dễ cảm thông
nhưng
cũng thoáng có bềnh bồng vị chua
chẳng luận chi
chuyện thắng thua
thù hận ghi sổ mút-mùa-cà-tha

quê nhà
của thuở đã qua
nhiều khi sờ lại màu da ngượng cười
quê hương còn trong trí người
ngẩng đầu
còn thấy mây trời cũng vui
văn chương sinh chữ ngậm ngùi
hóa ra có thật
lấy vui thay buồn
5g55, 20-11-2021

Ở - ĐI LÀ SỐNG TUỲ NGHI

mở cửa ta bước ra đường
đứng dựa lưng những sợi buồn manh nha
tầm mắt chưa dám nhìn xa
nghe chừng tiếng gọi bao la đón mời

phố nhà che đường chân trời
nhưng thấy thật rõ nhiều nơi vẫy chào
vừa bước ra chẳng lẽ vô
thong thả theo cái hàng rào lần đi

*

loáng thoáng giọng quen thầm thì
sức còn chơi được ngại chi phiêu bồng
ở đâu cũng núi cùng sông
giống mà rất khác từng dòng văn minh

đừng lo chưa thuộc quê mình
tiện đâu đi đó lượm tình cỏ cây
bụi đất khác dưới đế giày
liên tưởng so sánh vơi đầy nhớ thương

quê hương hay chẳng quê hương
miễn trong lòng ấm hương vườn tình xưa
chân còn chân mất đẩy đưa
cuộc chơi theo ngọn gió đùa vân vi

ở - đi là sống tùy nghi
đất cho trời gọi mình quy hoạch thành
hãy thở như ngọn lá xanh
theo con gió hát chòng chành nhịp reo

ta giàu lẫn với ta nghèo
"liệu cơm gắp mắm" trèo đèo lội sông
"chu du thiên hạ" trong lòng
cũng là một cách phiêu bồng bốn phương

*

ta trở vào ngồi trên giường
khởi hành đường chữ bình thường hôm nay
vẫn nguyên năm ngón tay gầy
hương em còn đọng nơi này rất thơm
6.01 sáng 11.3.2019

ĐỊA DANH
(Đất Nào Cho Ta Rụng Đời Về ?)

có chuyến về thăm thật bất ngờ
được nhìn Tổ Quốc trong lòng thơ
bốn miền chiến thuật ngày xưa cũ
với đất Bắc chưa từng bước vào

*

Đà Nẵng Sài Gòn chuyện dĩ nhiên
Hải Phòng Đà Lạt Huế Thừa Thiên
hồn đi nhè nhẹ qua ngôn tự
lòng đón miên man những nỗi niềm

mắt gặp góc nhà bạn Bình Dương
tai nghe chim hót ở Hải Dương
miệng nhai cây trái vườn Quảng Trị
một thuở nào nghe lòng thất thường

chưa có người yêu ở Bạc Liêu
chưa nhìn rõ mặt em Ninh Kiều
bây giờ cả những hương Bà Rịa
Phú Thọ, Hà Giang tỏ mỹ miều

khẻ đặt chân lên bến Cần Thơ
Sóc Trăng Châu Đốc bước phất phơ
Phú Yên Bình Bịnh Kon-Tum ngắm
gió đỡ tà bay nụ hôn chờ

tìm lại hương tình thuở Bến Tre
Cà Mau Đồng Tháp mở tay che
nắng đầy dòng chảy không phà đến
buồn quánh đặc lòng nhớ sắc se

Đắk Lắk Lâm Đồng Pleiku
tiếng khướu họa mi giọng cu gù
ngỡ như Tiên Phước ôm mình khóc
nước mắt mềm theo dòng sông Thu

Vĩnh Phúc Thái Bình chưa thấy qua
Hưng Yên Nam Định ngỡ như là
lòng tay ấm áp sờ lên má
em gái bao dung quá thật thà

ghé lại Quảng Ninh xin cục than
viết tên mình giữa những muôn ngàn
người đi kẻ đến tình chen đậu
vắt vẻo nhìn sang trời Bắc Giang

Bình Thuận Đồng Nai nhắn Khánh Hòa
mây còn đậu ngủ chỗ hôm qua
hay tan như buổi chiều Hà Tĩnh
Ninh Thuận treo ngang sát mái nhà

chợt thấy mưa qua trời Nghệ An
y như quê mẹ ở Điện Bàn
khói cơm chiều ướt trôi chưa tới
hồn vía chùa Cầu đất Hội An

mưa nối liền mưa sáng Cao Bằng
đêm nằm em nhớ đến ai chăng
Gia Lai gác súng chờ hơi thở
em đến mang cho những gió trăng

canh cánh nặng lòng Quảng Ngãi xưa
Tam Quan xanh nghít cánh rừng dừa
ngó lên thầm đợi trời ban phép
lành lặn thân về phên vách thưa

nhớ tới Trà Vinh đã một lần
chùa Hang nương khói đến chùa Âng
ao Bà Om đọng hình du tử
vấp ngọn tình ai dạ lâng lâng

lần nọ lạc vào đất Kiên Giang
Cao Đài tháp đứng lòng bàng hoàng
ngỡ như trước mặt Tây Ninh gọi
lúng túng bất ngờ độc nhãn quan

Thanh Hóa em yêu đừng ngại ngùng
ai còn kỳ thị, nói lung tung
lòng em phơi phới như tơ lụa
hương sắc đi cùng với khoan dung

suýt nữa quên về thăm Quảng Nam
tuổi thơ còn đọng đáy sông Hàn
đất giàu chí sĩ, nhà cách mạng
nghèo rớt mùng tơi vẫn sống sang

chặng cuối cũng là đất ước mơ
Hoàn Kiếm lặng im đứng bên hồ
Thăng Long thuở nọ chừ Hà Nội
lòng chợt buồn chi, thật bất ngờ

*

mô Phật được qua những ngã tình
rồi lòng lạng quạng bước u minh
nam trung bắc chẳng theo phương thổ
tùy núi sông đưa chép linh tinh

chẳng hiểu vì sao đất nước ta
đầu trời chân đất vẫn như xa
ấm ngoài cơ thể tâm lành lạnh
hiểu tiếng người mình sành sỏi mà

các bạn hiền ơi xin cảm ơn
lạ quen nam nữ giúp vuông tròn
cuộc chơi thơ thẩn về tổ quốc
ta một đời nuôi đã thỏa lòng

xin lỗi bài không như ý mong
địa danh gợi mở lộn xộn dòng
lẽ ra thứ tự từng vùng đất
nêu vài nét thơ, ít hương trầm

xin hẹn lần sau, lên chín mươi
nếu còn hít thở chân khí người
ta đi thăm viếng thêm lần nữa
đất khó cho chôn nỗi ngậm ngùi
10h09AM, 03-11-2022

XA NGUỒN MẤT GỐC

gốc gác nguồn cội Quảng Nam
ruột rà da thịt Hội An, thế mà
tôi như cục đất rã ra
trên sông Thu chảy mù xa bóng chìm

tôi giữ quê trong trái tim
người cùng quê chẳng ai hiềm khích tôi
nhưng càng ngày càng xa vời
không còn gốc đựng bình vôi sứt vòi

Quảng Nam, tôi nuôi dưỡng hoài
trong âm nặng trịch lời sai nhạc vần
nhiều người nghe, trố mắt trông
lắng tai không chịu lắng lòng cảm thông

cũng đành theo kiếp lưu vong
ra rìa Liêm Lạc, Miếu Bông, Sơn Chà...
khi nào nhớ quá ngó qua
ảnh phong cảnh của quê nhà phôi pha

chờ ngày hóa kiếp làm ma
về tìm gò mả gốc đa sống đời
bấy giờ tập sống thảnh thơi
làm thơ nói dốc chuyện đời lãng du
09-01-2019

TRƯỜNG CỬU

màu xanh hồn rừng núi
chen tóc người thanh xuân
quấn quýt nước sông biển
ngâm đậm đà gót trầm

không nhờ em đại diện
bởi tôi ẩn trong em
cao quí lòng bóng mẹ
vốn thiêng liêng ủy quyền

sông chờ bên núi đợi
biển gọi rừng reo mời
con trong nhà hay khách
cũng là một con người

tôi là tế bào chết
giữa gió nước đại ngàn
ngậm một góc căn cước
gọi trơn từ Việt Nam

trước ổ đời mầu nhiệm
dẫu lỡ quên chính mình
mùi linh hiển tiên tổ
đủ vực dậy hồi sinh

HẸN TIẾP

phỉnh lòng, có núi sông chờ
có rừng biển đợi, từng giờ em mong
về thăm lần nữa được không
trời mây vẫn mở rộng lòng đón chân ?

sao vượt chưa qua ngại ngần
khó liệt kê những nguyên nhân bình thường
nói lòng vẫn đựng quê hương
là kiểu chạy tội trốn luôn ân tình

xin thưa thật nỗi lòng mình
tôi chừ co cụm thân rình dịp vui…
dẫu biết chẳng còn mấy người
liếc sơ môi mắt tôi cười ra sao

được về ngoài giấc chiêm bao
là một hạnh phúc đỉnh cao cuối đời
tất cả tùy bất ngờ thôi
những tình cờ đến với tôi rất thường

và tùy tín hiệu quê hương

BÂNG KHUÂNG

buổi sáng chim về từ rừng núi
ngọn gió bay theo tiếng hót tình
tôi mở cửa nhìn mây theo gió
lòng thơ từng nụ chớm lung linh

ánh nắng chưa lên ngày đã tới
sương mỏng dần tan giữa đất trời
tôi thả mình vào không khí mát
hòa cùng vạn vật một niềm vui

nghe tự nghìn xưa ngàn tiếng gọi
tên tôi tên tổ quốc xa vời
danh xưng người, vật thân thiết quá
sao tưởng chừng như lạc đi đâu

trời vẫn trên đầu không rộng lắm
khoảng cách quen thân cũng như xưa
sáng nay sáng của thời gian trước
khác giống gì nhau, tình đẩy đưa
5.45- 09-7-2018

THƯ CUỐI ĐÔNG GỞI TRẦN HUIỀN ÂN

đầu sắp đội thêm ngày Nguyên Đán
lượng muối tiêu ngang ngửa đồng sàn
vị mặn ngại ngùng chưa trắng toát
xam xám màu tro bếp lửa tàn

đời người có ngồn ngang nỗi nhớ
nhớ anh em bằng hữu mẹ cha
vợ, người tình có làm tóc bạc ?
ngoài chính danh một nỗi nhớ nhà

bạn biết ta buồn, thương gởi tặng
gói quà xuân đậm đặc quê hương
thận trọng mở ra từng món nhỏ
mắt và tim cùng nhịp run run

hoa mứt trái khói trầm hương tỏa
mùi nước trà bánh tét bánh in
hồn Tết cũ đựng trong nguồn chữ
dáng xuân xưa tình giữ nguyên hình

ứa nước mắt thấy ta đánh bóng
bộ lư đồng nặng muốn quẹo tay
cửa lá sách tay sơn còn vụng
bàn gỗ mun chùi ngại sước trầy

chuyện vụn vặt ta làm thuở nhỏ
sống trong lòng mãi đến hôm nay
và tất cả chúng là Tết thật
chớ chẳng chi chỉ có ba ngày

cảm ơn bạn món quà quí quá
dù thật tình chưa rõ nội dung
ngày sắp Tếp tha phương buồn lắm
yếu văn thơ chẳng tỏ cho cùng

điều có thể cảm ơn suông bạn
cảm ơn tình sông núi quê xa
lòng tổ quốc bao giờ cũng rộng
còn nắm xương cũng sẽ về nhà
6.58 sáng 19.01.2018

NHẠT NHÒA KHÔNG RÕ TỨ THƠ

1.

lọt lòng không ở nhà quê
lạ kỳ tôi khoái màu mè nông thôn

mê sắc tươi xanh mạ non
màu lúa-con-gái, màu rơm ngã vàng
màu khói bếp ấm nhẹ nhàng
trắng hồng bay bổng chuyển sang lam buồn

tàu cau ươn ướt mù sương
vàng pha trắng nở mùi hương ngọt trời
bộ lông lưng trâu bóng ngời
đen nhánh khi buộc phải rời đầm nông

mèo tam thể chó mun nằm
lơ mơ giữa ngọn gió lồng vẩn vơ
con châu chấu đàn cào cào
bay oằn nhánh lúa lạc vào tay thơm

chim chuyền phất phới bướm ong
ngàn con muôn nét pha son sắc trời

2.

giữa thiên nhiên đẹp tuyệt vời
tôi sớm thành một tay chơi sắc màu

mê em màu mắt nâu nâu
màu da lụa nõn ngã màu ngà voi
yêu em dưới ánh nắng soi
vàng nghiêng tóc chảy xuống vai dòng tình

yêu em tay lướt lung linh
nguyệt treo vàng tỏa thủy tinh lên đàn
tháng ngày mê mải sắc nhan
tôi thành họa sĩ hạng sang ngoài luồng

vẽ đời chỉ dụng mùi hương
từ những dòng chữ văn chương vụng về

3.

ơi em yêu, ngồi chỉnh tề
tôi họa em nhé, người khuê các tình

tài tôi trong hứng thình lình
tình yêu không hẳn có hình trái tim
chân dung em: sự lặng im
sắc màu cô đọng nét thiền nghiêm trang

hiển hiện hồn cánh đồng vàng
dòng sông xao động hai hàng bờ hoa
tổng thể họa phẩm đậm đà
chất trời đất rộng chất ta cùng người

tinh khiết hơi thở của tôi
cùng em gắn bó đẹp đời âm dương

4.

sáng nay tôi trải lót giường
những câu lộn xộn toàn hương ruộng vườn
nhìn lại phảng phất u buồn
thấy ngày tháng đã như tuồng lơ tôi
10.42 AM-11.8.2016

ĐẤT TRỜI VÀ TÔI

đứng trên mặt đất hẳn xa
trời không vói tới, ngẫm ra thật gần
xa gần khoảng cách từ tâm
từ cảm nhận biết và thân-quen nhìn

ngày ngày tôi ngước mặt lên
mắt vui gặp khoảng mông mênh là trời
bạn thân tôi có mây trôi
có chim tung cánh, tàu người lái bay...

mở mắt ra, tôi mang giày
chân xa mặt đất chưa đầy ba phân
tôi đi tôi đứng bình thân
đất cưu mang cả ngu đần thông minh

đất trời đều rất hiển linh
không nên vô phép linh tinh lắm lời
tôi trên đất, tôi dưới trời
sẽ chia hai lúc cuối đời, đành cam

hồn chia tay xác nhẹ nhàng
buồn không? chưa biết bàng hoàng ra sao...
5g25 | 02-10-2019

CHẤP NHẬN

tha hương không cầu thực
nhưng thường trực cầu trời
trời ngay trên đầu đấy
cầu thầm ai thèm ơi

thế là xoay mộng
quanh quẩn địa phương mình
vui cùng chim lẫn cá
với mọi vật linh tinh

dĩ nhiên người là chính
nhưng thật khó kết thân
cũng đành giang hồ vặt
vui xa hơn buồn gần

tà tà thong dong mãi
lâu ngày càng thấm buồn
"lá rụng mong về cội"
là có thật, bình thường

vẫn còn nhiều nơi đến
chưa thấy sáng nơi về
đã đổi buồn thành chán
sống cùng chơi rề rề
6g14 ngày 21-5-2021

GIỮA VƯỜN NẮNG XANH XỨ NGƯỜI

viết thay Lý Phước Ninh, người trong ảnh.

bóng người nối liền bóng cây
xanh thêm một nhánh vươn tay vói trời
nắng cao cúi tìm hương người
hai chiều hạnh ngộ sáng ngời niềm vui

mặt nghiêm nhưng trong bụng cười
đón chào nhan sắc cuộc đời trẻ trung
cây đầy lá trái ung dung
lòng tôi đầy nụ hoa xuân giữa hè

không gian đang lẳng lặng nghe
tôi ngâm khe khẽ câu vè quê xa
"Đi đâu mà bỏ mẹ già
Gối nghiêng ai sửa, chén trà ai dâng ?" (1)

tôi chừ không còn mẫu thân
và đã làm mẹ nhiều năm trong đời
tiếp nối sứ mệnh tuyệt vời
thương con là đã thương tôi thật nhiều

đứng yên giữa vạt nắng chiều
sân nhà con gái hiu hiu nỗi buồn
ước chi bắt gặp mùi hương
theo gió Đà Nẵng thuận đường sang thăm

gió nhìn tôi có duyên thầm
với cái nón lá ai chằm bài thơ
có chồng mãi sống viễn mơ
tôi cũng nhiễm bệnh hồ đồ đôi khi...
11.30 tối 08.5.2018

1,cadao

16.07.2014 15:38

16.07.2014 15:39

Ở XA

đi lâu chợt biết đời dài
ăn nhiều ngủ ít sống dai mệt đừ
người thân yêu vắng từ từ
mộng mị vớ vẩn vô tư hẹp dần

lâng lâng dần chuyển bần thần
thấy cả chỗ đứng rửa chân hồi nào
loáng thoáng ẩn hiện ca dao
những gì cởi áo bờ ao trăng vàng

chợt hụt hẫng bỗng ngỡ ngàng
linh tinh nhớ nặng gót lang thang đời
mây dường như lười biếng trôi
rủ mình ngó lại chặng người đã qua

ở đâu cũng là quê nhà
từng quan niệm vậy hóa ra trật chìa
chẳng cần chi đợi đêm khuya
gần như thường trực mộ bia trong lòng

mẹ cha anh chị bà con
tiếng tim đập chảy dòng sông bồn chồn
hàng tre bụi chuối trái thơm
chiếc xe đò gánh hàng rong gọi về

nhớ nhà chữa bệnh u mê

càng xa quê quán càng kề cận thơ
viết miết bỗng sinh nghi ngờ
có chăng biến dạng dật dờ xụi vai

ở xa không lẽ ở hoài
về trong lụm cụm dẫu sai đường giày
hay đợi về trong khói bay
đằng nào cũng phải dứt ngày ở xa

|6g 54 | 14-11-2019

CHÀO NGƯỜI ĐANG Ở QUÊ NHÀ

1.
Chào người tạo mẫu Cầu Rồng
quen tên thấy ảnh mà không gặp người
đoán là một ông già vui
nặn tượng giàu có chất người bên trong

2.
có chút ngọc, người quí người
ông nguyên cả khối đất trời cũng yêu
tôi chưa đọc được ông nhiều
nghe qua khí khái nắng chiều đủ vui

3.
ông thầy nghỉ dạy trước hưu
làm thơ ve gái, những cừu đồng xanh
rước được em giỏi và lành
nằm nghe vợ hát đủ thành nhà thơ

4.
hơi nhiều chức vụ lận lưng
nghe danh đã thấy run chân về, gần
phơi mưa giữa nắng thường cầm
cái kéo cắt bớt phù vân bên trời ?

5.
chưa là bạn nên không bè
vui nghe quê quán màu mè văn chương
dấu xưa lưu chắc rõ đường
nếu về hy vọng thông thường xã giao

6.
dã thú xưa kề tên tôi
dùng chơi một thuở chán rồi bỏ qua
cõi trần chưa chán chưa xa
làm tiên múa bút chậm già hẳn nhiên

7.
cũng mong được dạy búp bê
như ông thầy giáo đam mê tuổi hồng
ồ mà không, hình như không
ông truyền nghề kiểu tinh thông dạo trời

8.
cuối cùng cũng có một bà
xưa gần còn lạ nay xa hơi gần
nói quen chớ mời chung sân
khuyết nguyệt chưa chắc lộ dần bóng trăng.

TRÍ NHỚ VỀ CHIỀU

càng già càng bớt nhớ nhà ?
quẩn quanh nhớ mỗi cái ta thật nhiều
nhớ từ thời bé hạt tiêu
phơi nắng giang gió thả diều, đi rông

khó quên những chiều mưa giông
thả vòi nước nóng hòa dòng nước mưa
gặp đối tượng, chẳng ăn thua
tỉnh bơ xem những thần rùa như không

theo thời tắm lạch tắm sông
đã biết mắc cở, khi không rùng mình
lớn thêm chút nữa rập rình
nghe chuyện hoa cỏ thường hình dung suông

kịp khi trổ mả yêu thương
cỏ xanh rơm rạ chiếu giường như nhau
dĩ nhiên nhớ rõ lần đầu
thạch sanh vào tận hang sâu cứu người

nhớ toàn những chuyện dễ cười
mà sao lòng dạ ngậm ngùi chuyện chi
tuổi già ai bảo suy đi ?
trí nhớ nhạy bén cách gì, khó tin

thật tình phục sát đất mình
tiểu sự đại sự... linh tinh nhớ hoài
lòng như ngọn đèn săm soi
tôi nhìn thấy thật hẳn hòi cái tôi

ĐI XA

bỏ làng rời xóm đi xa
không vì cơm áo mong là phất phơ
tự xem hưởng thú giang hồ
đi khống đi khứ bụi bờ cỏ hoa

lên rừng xuống biển ta bà
nhìn trời đạp đất tà tà nhởn nhơ
không mong gặp văn với thơ
thấy hay hay, bước không mơ mộng nhiều

đi xa dễ giàu thương yêu
năm châu bè bạn dập dìu gặp nhau
chân vui bụng ấm sáng đầu
lạc quan là thuốc sống lâu gia truyền

đi xa giữ lòng an nhiên
khó mấy cũng phải ưu tiên luyện dần
nghĩ về vai vế công dân
dưới đáy xã hội phải cần đi xa.

NHỚ NHÀ SINH BỆNH ĐỨNG ĐƯỜNG

mỗi khi se sắt nhớ nhà
tay thường chà nhẹ lên da thịt mình
cảm nhận nhịp máu về tim
lâng lâng vang vọng tiếng chim gọi đàn

mơ hồ thấy vồng khói lam
nổi theo ngọn nắng chiều tràn nhánh sông
vi vu theo gió thinh không
giọng ru em trải mênh mông ruộng đồng

mây trên trời hóa con rồng
và trong khoảnh khắc thành bông huệ vàng
bất ngờ đổi dạng bông trang
bên cậu cầm ná hoang mang những gì
bụi bám gót bước lầm lì
tuổi thơ trên bãi cỏ quì thòng chân

đường nước thủy lợi xanh trong
đàn cá-mặt-nước lội vòng loay hoay
buổi chiều đậu xuống ngón tay
vốc nước rửa đầu gối đầy vết thâm

tinh nghịch vuốt từng ngọn lông
nằm trên ống quyển hồng hồng xanh xanh
lòng vô tư chợt chòng chành
nhớ hôm qua tắm mưa quanh con nhà...

nhìn không dám, tưởng không ra
mà sao kỳ lạ như ma ám hoài

chục năm, vài chục năm dài
nhớ viết chửng chuyện chưa phai nhạt buồn
một nỗi buồn thật dễ thương
thường dẫn hồn viá ra đường ngó quanh...
14g28- 23.8.2017

VỊ TRÍ TÙY TÂM TRẠNG

bạn tôi còn ở quê nhà
giàu nghèo vừa đủ lụa là ấm no
thơ hay, tình ấm hẹn hò
thỉnh thoảng cả đám say đo đất nhà
nằm nhưng không "mộng dưới hoa"
dù em cũng sẵn bày ra thánh thần

bạn thuộc thành phần tịnh tâm
không tu mà biết ngậm câm lâu ngày
trước nhân thiên tai giả ngây
nhẹ lòng thông hiểu chẳng hay rầy rà
có điều sao ở quê nhà
mà thường than thở như là lưu vong ?

*

còn tôi, giạt chợ trôi sông
lạ giống khác tiếng vẫn không lạc loài
nếu nhớ bình vôi sứt vòi
nhắm mắt vài phút hẳn hoài gốc đa
cộm cộm nổi những rễ già
chân kiềng ông táo hiện ra đề huề

nhớ phố thị nhớ nhà quê
gõ tên vào "google" chỉnh tề hiện ra
quê hương xa ngút ngàn xa
thấy nghe nồm một rõ là "zalo"
buồn vui không hẳn dính vào
cô đơn là nỗi nghẹn ngào tính riêng

bạn hiền ơi hỡi bạn hiền
ở đâu thì cũng ưu phiền giống nhau
nhìn cạn cạn chớ sâu sâu
điều gì trái trái nhổ râu bù trừ
sống thường dư những cái dư
thiếu những cái thiếu khó bù trừ nhau

TỔ QUỐC KHÔNG CŨ BAO GIỜ

ô hô tổ quốc cũ mềm
thì thôi lơ quách không thèm nhớ nhung !
quyết rồi, gắng tạo ung dung
nhập tâm vào chuyện lung tung đời thường

mở cuốn vở lót đầu giường
nhìn những trang trắng như tuồng trách ta
sờ tay lên giấy ngộ ra
thơ tình lẩm cẩm chừng xa lạ mình

xếp vở, bấm nút truyền hình
đoạn phim quảng cáo linh tinh chờn vờn
lạ kỳ ngộ toàn ba lơn
vui không cười được, buồn hơn tức thì

mở "còm" chẳng biết xem chi
bần thần nắm ngọn bút chì ngồi im
đoán thầm máu ở trong tim
và toàn thân thể lim dim muốn ngừng

để vực dậy chút thanh xuân
mở trang phim sex nhìn lung tung và
thấy ra cái chán trong ta
lớn dần một nỗi nhớ nhà, quê xưa

*

hiểu ra tổ quốc còn chưa
cũ mềm cũ rích dư thừa nét mô
vẫn còn đó trong mơ hồ
với niềm thân thiết ngọt ngào bao dung

ngồi ngay ngắn lại, tập trung...
ô hô sông biển núi rừng vẫn xa
không gõ được nỗi nhớ nhà
ra hồn ra vía, chắc ta hỏng rồi !

thơ à, thơ hỡi, thơ ơi
nhìn cho rõ nhé ta ngồi ở đây
làm ơn giùm, rớt xuống tay
bài thơ thứ thiệt thơm đầy nhớ nhung

quê hương, tổ quốc vô cùng
13 giờ, 09 thứ hai, 13-8-2018

HAI GIẤC CHIÊM BAO

hai đêm liền gặp hai giấc chiêm bao
điều lạ có cùng nội dung đi lạc
đêm thứ nhất Sài Gòn lên Đà Lạt
giữa đèo Prenn dừng ngắm thác nở hoa

nhìn những ngọn cây liền như mái nhà
thoảng tiếng gọi nghe vô cùng quen thuộc
chân bước nhẹ kỳ bí nào thu hút
tay sờ cành vuốt lá dạo thảnh thơi

không chim ca không ong bướm lả lơi
vắng tiếng suối mơ hồ rưng rưng động
thoảng hơi gió thì thào năn nỉ giọng
ngỡ như ru như hát khúc tự nhiên

xoay người ngó quanh, đứng sững lặng yên
bốn bên thân bọc hoàn toàn mây trắng...

*

đêm thứ hai khởi đi từ Đà Nẵng
vào Sài Gòn cùng đầy đủ vợ con
chuyến đi như thuở đã vượt non sông
ra nước khác mong đổi đời tìm sống

giữa đèo Cả xe dừng trưa đứng bóng
nhìn đóa hoa thật lạ vừa tầm tay
muốn hái tặng em lưu niệm hôm nay
tay cố vói nhưng chồm hoài không tới

cứ nhích gót dần dần không nóng vội
đâu có ngờ ngó lại mất đi đâu
xe lẫn người, còn trắng toát một màu
mênh mông đứng chôn chân nhìn ngơ ngác

*

trong tâm thức hiểu ra mình đi lạc
chỉ vài giây sao biền biệt quá xa
tay mạnh véo tay thử người hay ma
mừng thấy rõ đang nằm ôm lưng vợ

nghe mồn một tiếng hai người cùng thở
thắc mắc bâng khuâng sao mơ về tiên
suốt một đời ta tuy không quá hiền
nhưng chắc chắn chưa bao giờ gây ác

*

hai đêm liền cùng chiêm bao đi lạc
lạc về đâu giữa rừng núi đầy mây
thời ấu thơ ta lớn cùng cỏ cây
vùng Tiên Phước thân thương còn ám ảnh ?

lòng se sắt buồn đôi dòng ấm lạnh
cận kề chăng thời khắc phải chia tay
một hôm nào trong chuỗi ngày năm nay
chuyện thật dễ xảy ra trong giây phút

mới đầu năm nhắc chi điều não nuột
nhưng thấy chi ta nói nấy mà thôi
tính của ta không giữ được trong người
những tì vết những niềm vui bất tử

mọi điềm gở luôn có lành có dữ
tạm trấn an đại khái vậy vậy thôi
chuyện ở đi một phần vốn từ trời
một phần nữa ta cố dành quyết định

điều trước mắt hôm nay đừng cho dính
trong tình thương quyến rũ của "cô vi"
em giúp ta tránh nhé sự nhu mì
đầy thầm lặng mơ hồ của nàng ấy

gái Tàu đẹp nhưng tạm thời để đấy
chích ngừa rồi sẽ tùy tiện tính sau
lão luyện giang hồ già chát vẫn đau
chết lãng xẹt không mã phong thưởng “thượng!”
07g40 |03-01-2021

VÀI CÂU LÓT ĐƯỜNG BAY ĐƯA BẠN VỀ LẠI HUẾ

mừng hai bạn về quê hương
nhìn quê nhà nhớ phố phường bên tôi
một cõi trời đất quê người
vẫn còn mươi đứa ngậm ngùi nhớ quê
hẹn lòng, chưa rục rịch về
ý chừng đợi thật chỉnh tề gấm hoa ?
về trong sành sứ mới là
ngấm hương tiên tổ ông cha nghìn trùng

nói giỡn, hai bạn đừng xùng
ít nhiều cũng đã lận lưng vui buồn
"chẳng nơi đâu bằng quê hương"
(câu người xưa thành từ chương tuyệt vời)
mấy tháng dài an bình chơi
con, thêm cháu ngoại, nụ cười ấm hơn
về nhà trốn tuyết, sang năm
lại qua với cả cái tâm yêu đời

chúc hai bạn luôn thảnh thơi
thơ văn triết học tay vui mỗi ngày
"Huế mình" mưa thay tuyết bay
chắc vừa đủ nhớ bên này cháu con
bạn bè vẫn giữ tâm hồn
nghe ra mưa hát nỉ non ngàn trùng
Việt Nam ơi hỡi miền Trung
muôn đời Tôn Nữ khiêm cung, giàu tình...

GIÀ TÔI, TỔ QUỐC VÀ EM

yêu tổ quốc yêu em
những tình yêu linh hiển
khi có tuổi nói lên
lời, chữ đầy lợn cợn

tình ấy ở trong tim
có tăng không sút giảm
nhưng cần sự lặng im
quí hơn nhiều phát tán

tôi giàu có cả đời
yêu em yêu đất nước
bày qua chữ hơn lời
không phải chỉ lấy được

già dị ứng với thơ
kiểu nồng nàn bài bản
văn hoa mấy cũng thô
bộc trực càng như xạo

nghiệm rằng có tuổi già
tâm hồn bị trẻ hóa
khi gõ mặt chữ ra
lòi chút gì dối trá

yêu tổ quốc yêu em
những tình yêu linh hiển
theo thời kỳ trái tim
nên lộ diện, tắt lịm

*

là riêng cá nhân tôi
còn quí đại lão khác
chắc chắn phải khác rồi
tạ các chú, các bác
5g42, 24-01-2022

ẢO ẢNH MÙA THU QUÊ HƯƠNG

Việt Nam thu đến những đâu
Hội An Đà Nẵng gần hầu như không
Quảng Ngãi Tam Kỳ Miếu Bông
hồ như chiếc lá cũng không đổi màu

giọt mưa lúc chậm khi mau
thu đông quả có khác nhau ít nhiều
gió ào ào gió hiu hiu
đông thu rõ nét gió phiêu bồng đùa

nhưng để thi vị một mùa
đa sầu đa cảm tôi chưa rõ ràng
chắc thu không ở miền nam
thu ở miền bắc khí hàn giàu hương

*

Hà Nội từng góc phố phường
sông cầu và mỗi ngã đường đầy thu
thu nằm trong kinh nhà tu
thu ngủ trong tiếng hát ru con nằm

văn thơ âm nhạc diễn ngâm
mọi môn nghệ thuật dấu chân thu bày
thời kỳ nam bắc chia tay
tôi không có được đường bay giao tình

đến hồi tạm gọi hòa bình
gió độc thổi tuốt tôi lình bình xa
chưa đến hết nửa quê nhà
bốn mùa đất nước vẫn là viễn mơ

*

nghe trong nhạc đọc văn thơ
những lòng lãng mạn ghép vào dáng thu
khi vui tưởng tượng từ từ
lúc buồn tập vẽ thu như nhiều người

khó nhận dạng thu qua tôi
cảm ơn những mắt trắng ngươi trợn nhìn
2022

NGAO DU

mượn tiếng ngao du ta vào thiên hạ
đúng nghĩa hay không vẫn giàu thiết tha
không ánh mặt trời mặt trăng nào cả
dẫu đang thiền ngồi ta vẫn bôn ba

gần tám mươi năm đời ta dạo vặt
châu Âu châu Mỹ gọi-là qua loa
chuyện đi của ta như là ngắm ảnh
trên những sách in, bạn viết thôi à

sát cuối đời rồi chỗ mơ được đến
là nơi có tên thường gọi quê nhà
đâu có bao xa còn chưa về được
bởi ngại lòng mình sứt mẻ vị tha

*

mắc cở bần thần tay-không thăm bạn
tấm lòng nhớ thương không thể thay quà
bạn chờ bao năm nhói lòng sĩ diện
ngại không đến chào chịu đựng xót xa

quả thật khó buông, không hề dễ bỏ
có một chút gì đi xa về nhà
tập tục thánh hiền ăn sâu trong máu
gió bụi bốn phương chưa lấp được ta

đành hẹn lên đường khi hồn thoát xác
về với đất trời trả lại xương da
lá lìa cành xa hiểu ra tổ quốc
mới thật sự là một bãi tha ma
4 g 14 sáng 11-12-2018

THẾ NÀO RỒI CŨNG PHẢI VUI

tháng ba giả lơ ngậm ngùi
tháng tư giả bộ vui cười tự nhiên
tháng năm chợt gợn ưu phiền
câu thơ trong bụng muốn biên ra dòng

có là con cháu tiên rồng ?
tôi từng là lính, công dân cộng hòa
phục vụ chính thể quốc gia
cờ vàng ba sọc thiết tha suốt đời

đã thua, đổi quốc tịch rồi
nhưng hồn tổ quốc của tôi vẫn là…

*

bạn Việt tôi ở quê nhà
mừng treo cờ đỏ đựng sao sa vàng

chúng ta nguồn xóm, gốc làng
phận ai nấy giữ bình an đề huề
xem chơi không nên chửi thề
mất đi lòng dạ chỉnh tề hồn nhiên

mong ai dữ cũng thành hiền
trời cao đất rộng vô biên lòng người
hôm nay tôi chợt thấy vui
ai đọc chữ Việt đều người Việt Nam

đọc rồi đừng treo dấu than (!)
đừng nhấn ký hiệu giữ an toàn mình
hiểu nhau trong cõi u minh
thêm giàu ấn tượng chân tình mến thương

1h43 PM 01-5-2024

BƯỚC MỘT BƯỚC HAI ĐỜI NGẪU NHIÊN

đi chưa khắp đông tây
để gọi là tứ xứ
chẳng mai đó rày đây
để giàu nơi cư ngụ

đi chưa hết bắc nam
để xứng giang hồ vặt
bước chưa đúng lang thang
để gọi đi tùy hứng

không bôn ba làm ăn
nhỏ, theo chân cha mẹ
lớn, đua đòi gió trăng
cộng nghiệp trai thời chiến

*

thẹn đi chưa đến đâu
trên đất tình chữ S
dẫu thấm máu mồ hôi
chưa thật đằm nước mắt

đất nước tổ quốc ơi
sờ sờ dần hư ảo
buồn nghe sẽ đến thời
trở về hồi bắc thuộc

xa quê xem ảnh phim
phồn hoa đẹp rất thật
lạ kỳ lòng ít tin
nước giàu và dân mạnh

*

ngờ rằng tái chiến tranh
sẽ…- thôi, không dám nghĩ
dành tâm cầu phúc lành
dân no lòng giữ lửa

bước một bước hai tôi
không về bằng thân xác
hy vọng linh hồn người
còn nơi tìm nguồn cội

LH - 5h01, 05-6-2024

CHẠY BÊN RÌA SÂN BAY

không du lịch, không về quê ăn Tết
cũng theo con hí hửng lên phi trường
bỏ con xuống ngoài cửa quầy đăng ký
thấp thoang bóng người qua những mặt gương

lòng bất chợt buồn buồn vô duyên quá
con sẽ "đi tour" một tháng nhiều nơi
dặn cố gắng ghé qua nhà ông nội
thắp thay cha ngọn khói nối mây trời

Tết sắp đến tin nhà qua từng bữa
vợ nghe đều đều ta vẫn vờ lơ
ứa nước mắt thắp cây nhang sáng sớm
cầu bình an thượng lộ chuyến giang hồ

con hơn cha ít ra trò chơi sảng
bốc đồng bay tùy thích nếu muốn đi
xa một tháng mẹ dặn dò tỉ mỉ
ta ngu ngơ thơ thẩn để làm chi

vợ sẽ trách cái gì cũng huỵch toẹt
thơ làm ra thay ăn uống được không ?
"chuyện trong nhà chưa hay ngoài ngõ biết"
chôm đỡ câu này tự mắng để dằn lòng

đưa và đón tạm xem là đi vậy
đỡ bớt cái ghiền lẫn nhớ đó đây
cứ nghĩ đến ngồi xe lăn đổi chuyến
người mình chơi đông chợt cụt hứng ngay

một cẳng rưỡi gắng đi thật vất vả
thôi ở nhà nhìn hình ảnh qua loa
còn quê quán xem như nằm trong dạ
lâu lâu gọi em cũng là cách thăm nhà
11h30 AM

Phi trường Pierre Elliott Trudeau Montréal

ĐI BỘ Ở RIVIÈRE-DES-PRAIRIES

con chở ra bờ sông
thực hiện cuộc đi bộ
nhớ ngang xương hành quân
xe thả đúng tọa độ

bờ sông hướng sau nhà
không gần ngay sát đít
cũng chẳng thể gọi xa
vui bước thấy gần xịt

sông hiền mặt nước chảy
lòng nông sâu biết đâu
vịt bay cùng chim đậu
đầu vách thác lưng cầu

tôi cùng nửa tiểu đội
dạo chơi liền ba giờ
chỉ hơn ba cây số
đường cỏ đất nhấp nhô

gặp chút đồi Đà Lạt
gặp chút đất Nha Trang
gặp hàng cây rất Huế
gặp bóng mát sông Hàn

đặt mông lên đá tảng
nhớ ngồi dốc Tiên Châu
đứng chụp hình nhiều chỗ
hình dung thấy Chùa Cầu

nhìn bụi cây nhiều nhánh
nhớ Liêm Lạc Hòa Đa
rúc bụi chọn gọng ná
gai thân mật sướt da

tôi đang ở xa lắm
chỗ được sinh ra đời
nhưng bỗng dưng lòng ấm
như tuồng chưa đi đâu

tôi ngờ mình ba xạo
liên tưởng toàn trật chìa
nhưng rõ ràng tôi nhớ
cảnh người nơi xa kia

nghiệm ra mọi cảnh sắc
mô hình trên địa cầu
với tôi luôn thân thiết
vẫn hoàn toàn giống nhau

trái tim tôi nhỏ lắm
nhịp đập yếu hẳn rồi
nhưng dường như còn rộng
chứa vạn vật cùng người

lời viết chỉ minh họa
cho những ảnh những hình
ghi lại như tài liệu
giàu kỷ niệm linh tinh

mời bạn gắng liếc mắt
coi hình và xem phim
nhân vật diễn tuồng kém
không gồng gánh cái tình

ngày mai sẽ diễn tiếp
chưa biết chỗ nào đây
trái đất ở mọi chốn
sinh động đẹp từng giây...

19g10, 22-8-2020

ĐÔI BẠN LẨM CẨM

xa địa lý gần tâm hồn
cửa nhà mất sạch vẫn còn quê hương
trong ta vẫn những con đường
lạ tên khác cảnh mùi hương chắc còn

ngại về sẽ mất hết trơn
chần chờ hẹn mãi da mòn oằn xương
tấm thân thể đang co dùn
rủi ai búng phải nỗi buồn tràn ra

khuyên em một mình về, mà
em cứ lo dại cho ta bên này
rủi ro không kịp giờ bay
trở qua vuốt mắt nắn tay cuối cùng

ta như bằng giấy sao cưng ?
một vài tháng thiếu hơi lưng nghĩa gì
cao đường cao máu ngán chi
đã chích ngừa cúm phương phi đủ xài

không ra đường, chẳng gặp ai
họa hoằn ngắm các chân dài tivi
vài chồng bánh tráng, thùng mì
lai rai đủ có thơ tùy hứng thôi

đi ít bữa không có đôi
ngủ ít bữa thiếu quen hơi cũng thường
khuyên em mạnh dạn lên đường
về thăm trực tiếp phố phường đổi thay
em bảo bốc thăm sẽ hay !

LH- 12-12-2019- 7.02AM

ÂM VANG MƯA

miệng vui nhai cơm sáng
lắng lòng nghe tiếng mưa
hiện tại chen dĩ vãng
tranh nhau lời trình thưa

hiện tại thật đơn giản
hiên hẹp không gió rơi
mặt bàn đôi chậu kiểng
ghế vải dựa lưng ngồi

dĩ vãng khá lộn xộn
mưa tháng ba bảy lăm
ngâm ướt cuộc đời đổi
lệ trời loang vết bầm

mưa tháng hai đất Thái
buồn trong màu nắng vui
hạnh phúc đè ngang ngực
chưa nở được nụ cười

đôi chút mưa xa khác
từ Tiên Phước, Hội An
từ hiên nhà Phước Khánh
từ phải tắm giữa đàng

mừng còn điều kỳ lạ
qua bao thăng trầm đời
trong hồn vẫn vinh hiển
nông nổi một cái tôi

hạt cơm thơm ấm bụng
giọt mưa vui âm buồn
đầy lòng nhớ vớ vẩn
không gợn chút bi thương

cơm đã hết trong chén
điệp khúc mưa chưa ngừng
cuộc tôi mai mốt cạn
lưu điệp khúc rưng rưng ?

0g 02, 30-8-2020

THƠ MƯA

đọc lại hai khúc mưa
buồn tôi trong chữ nghĩa
rõ ràng hãy còn chưa
nhúng ướt lòng cảm thấu

mở mắt còn dập dờ
năm tiếng cùng thuốc ngủ
chưa đẩy được vẩn vơ
khỏi đầu óc đã lú

tiếng lộp độp đâu kìa ?
ngộ ra nước còn giọt
mái tôn thấp dưới kia
nằm sát vách phòng ngủ

lờ mờ nhớ trong mơ
suốt đêm chập chờn hẹn
sớm mai dậy làm thơ
một bài mưa xứ Huế

chừ còn viết nổi không
tình ý hứng đi đong
buộc đầu làm thơ mãi
chợt thấy dị với lòng

mưa Huế đã từ ta
rớt ra thơ một dạo
em đã cho ấy mà
hồ Tịnh Tâm phủ áo

chừ Huế hay Quảng Nam
Sài Gòn hoặc Bình Định...
với ta càng nồng nàn
dù "mờ mờ nhân ảnh"

gắng viết bôi bác thôi
quê hương không đùa được
không ngại mình đứt hơi
chỉ sợ vướng láo xược

ngưng tay lòng chưa cam
ngoài cửa lá còn động
thơ còn đầy trong tâm
chờ mai, hay chặp nữa

thời gian đợi cũng thơ
không nghi thi ca cạn
cần đợi những tình cờ
cho cả bài viết sáng

6g26, 30-8-2020

VỀ MỘT BẢNG HIỆU

từng được lang thang đến nhiều vùng
niềm vui nho nhỏ tôi lận lưng
khi nhìn Quốc-ngữ trên bảng hiệu
như cánh tay vui vẫy đón mừng

rạng rỡ danh treo dáng địa phương
đậm đà gợi mở những thân thương
không cần phải đọc lên thành tiếng
ẩn hiện từng vùng đất cố hương

hãnh diện nơi tôi sống cuối đời
nhiều tên bảng hiệu sáng ngời ngời
Tây Hồ, Cao Thắng, Hồ Gươm... thở
hơi hám quê tình tận cuối trời

vừa mới được thêm một quí danh
nuôi tôi qua hết thời xuân xanh
nơi tôi thầm khóc khi lìa bỏ
trong cuộc chia xa chẳng đoạn đành

đâu dễ khoe tên giữa quê người
vậy mà... thôi vậy cũng đành thôi
tôi người ngoại cuộc còn hụt hẫng
người cất vào đâu hết ngậm ngùi

lặng ngó đều hàng chữ tinh khôi
tưởng như ngày tháng chẳng hề trôi
đề huề đầy đủ huyền lẫn ngã
xa vẫn cứ xa Đà Nẵng tôi.

18g 36 | 16-9-2019

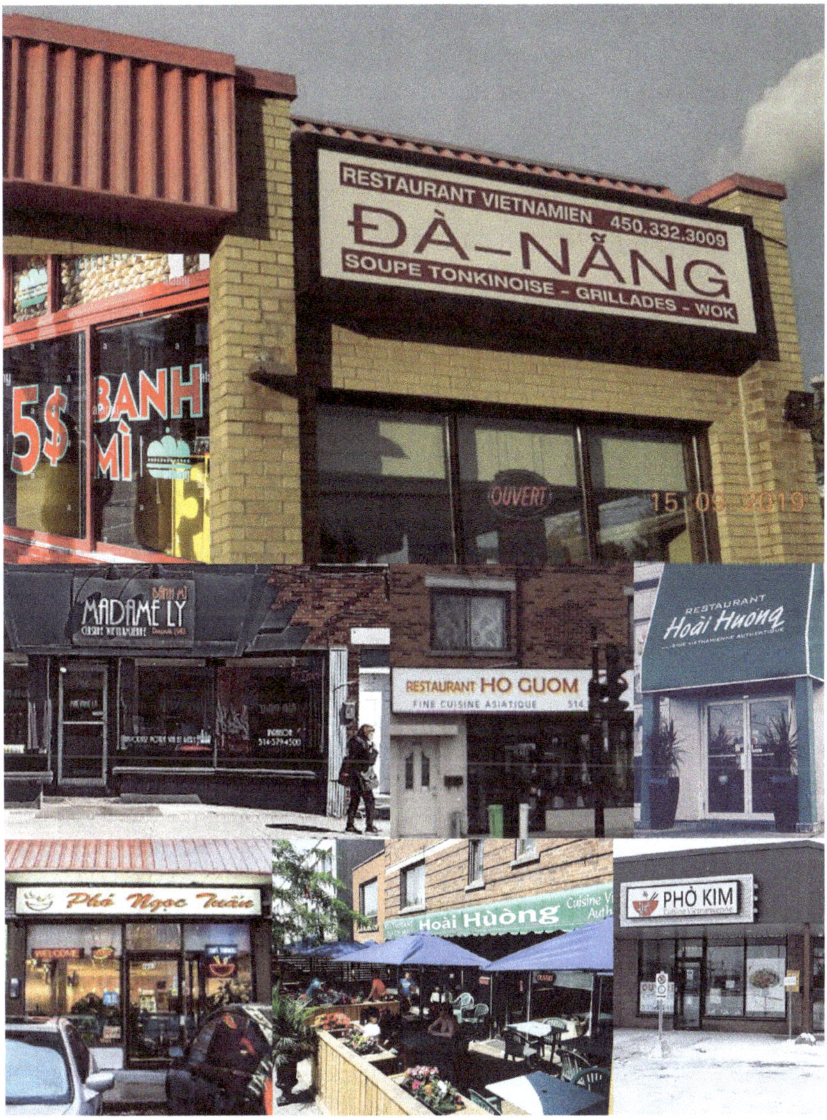
RESTAURANT VIETNAMIEN
450.332.3009
ĐÀ-NẴNG
SOUPE TONKINOISE - GRILLADES - WOK
5$
BANH MÌ
OUVERT
15 09 2019
BÁNH MÌ
MADAME LY
RESTAURANT HO GUOM
FINE CUISINE ASIATIQUE
RESTAURANT
Hoài Huong
Phở Ngọc Tuấn
Hoài Hùòng
PHỞ KIM

TÌNH THƠ MÙA THU

suốt hạ đỏ nồng nàn
chớm thu vàng chia biệt
lạc đâu nguồn mắt liếc
tan biến tiếng dạ ngoan

giọt mưa bay nhẹ nhàng
những mũi tên xuyên suốt
gió thoảng lòng tê buốt
thân ngồi hồn lang thang

em quên rồi Đò Xu
xanh xanh những trái ổi
nhánh cành nào có lỗi
không một lời giã từ

em quên giọng kinh ru
trong lòng chùa Bà Quảng
trời ơi tôi nói sảng
mất dòng tình chân tu

em tay chia thật ư
sao còn đây hình bóng
đời tôi bắt đầu hỏng
vào một sớm vào thu

ước chi có giã từ
nhìn môi em lần chót
ôi những tiếng chim hót
nổi chìm suốt thiên thu

một vài chữ đã dư
ngàn câu thơ chẳng đủ
mỉa mai lời phủ dụ
chính mình đọc từ từ

mùa thu ơi mùa thu
chẳng có gì đặc biệt
nhưng lưu mãi luyến tiếc
rộng cả trời âm u

19-7-2020

GỞI BẠN VĂN HÀ THÚC SINH

dễ chừng đã mấy năm không đọc
bài thơ nào mới bạn vui tay
hẳn tại chợt nghèo trang báo giấy
hay là đã vững chỗ trên mây

thơ văn thường viết cho vui vậy
nhưng sự vui chơi dễ để đời
đôi khi ý nghĩ hơi tầm bậy
lại mang hơi hám của một thời

tôi bạn rớt vào thời chinh chiến
câu thơ vấy máu một đôi khi
chiến trường vừa xong vào mặt trận
chữ ngái mùi phân có ngại gì

bạn cũng như tôi ngần ấy chuyện
ngây thơ phản chiến đến hiện sinh
cao ngạo ngông nghênh không mấy dám
chúng ta bưng ra ruột gan mình

tôi thấy quê hương trong thơ bạn
vườn hoang làng cháy núi rừng khô
bấm bụng đôi lần tôi phác họa
thấp thoáng trong thơ những nấm mồ

tôi níu mỹ nhân làm hướng đạo
loang quanh một chặp lại lộn vào
bãi mìn hầm hố lòng nghi kỵ
lững thững đi cùng với ý thơ

hình như kề cận anh thần chết
lý tưởng tin yêu càng dồi dào
suy tư đơn giản theo câu viết
màu mực chuyển sang màu máu đào

tất cả cũng rồi xong một đoạn
khổ nhục tiếp theo cũng đã qua
kẻ thắng mở ra "Đại Học Máu"
chính nghĩa bất ngờ rõ nét ra

làm kẻ nửa đời vô tổ quốc
bạn và tôi viết để yêu thương
chính mình, quá khứ và đơn giản
khỏa lấp từng đêm ngấm nỗi buồn

tôi bám thật nhiều tình nhan sắc
bạn nuôi chí khí vững vàng hơn
Tân Văn một thuở nghe bạn hú
tôi góp vui chung vẫn cô đơn

dễ bốn năm năm chưa được đọc
"Trí Nhớ Đau Thương" với "Đá Vàng"
đã khác hương xưa ra sao nhỉ
còn nguyên hơi "Thơ Viết Giữa Đường " ?

hỏi bạn là hỏi tôi luôn tiện
buồn tôi chưa dám trả lời tôi
cơn gió hôm qua chừng như khác
ngọn gió tôi đang hứng đầy người

LH - 6,55 sáng 25-01-2018

VÔ CẢM

Đà Nẵng đang thế nào ?
Sài Gòn đã ra sao ?
tôi không hề nghĩ tới ?
không chút gì nao nao ?

những Huế, Vinh, Vĩnh Long...
những Hà Nội, Hải Phòng...
thân thương từng tên gọi
chẳng còn vang trong lòng ?

có đọc tin bi quan ?
có nghe tin nhân gian ?
đồng bào cùng đồng loại
đang thắc thỏm bàng hoàng ?

hết lạ chuyện xuôi tay
nhìn khói tử thi bay
chẳng còn là trắc ẩn
không còn cách tỏ bày

gọi thăm chừng em trai
những người em tóc dài
nỗi sợ thay nước mắt
chẳng một ai riêng ai

trong nỗi lòng dửng dưng
có chăng mong tin mừng
cạn hết cách cầu nguyện
thuần tâm thiện trông chừng

LH - 8g56, 15-8-2021

HẠNH PHÚC

có những phần đất nước
của quê hương thứ hai
đã trở thành máu thịt
người tị nạn lâu dài

không một ai mất gốc
quên đất tình đặt nôi
quê hương không ruồng bỏ
những người buộc đổi đời

dẫu chỉ là khách trú
đất lành nuôi nụ hoa
được giàu thêm lao lực
thương nhớ càng đậm đà

tôi chiếc lá trong gió
còn bay giữa khí trời
nhánh cành lẫn cả gốc
xanh tế bào trong người

tình vui tuy sút giảm
tình người vẫn y nguyên
quê hương mới dùm bọc
đâu khác chi mẹ hiền

ơn đất sinh đất dưỡng
khó so sánh vô cùng
xin đa tạ hạnh phúc
tự do luôn sống chung

LH-6,03 sáng 14-12-2018

ĐI

ta chẳng phải tay giang hồ tứ chiến
chính xác là dạo vặt ít đường hoa
rừng tiếp núi, suối ra sông đổ biển
hứng hay không chân vẫn bước tà tà

thời đã biết yêu thường đi quanh quẩn
theo người si mê đến mọi gần xa
phong cảnh đẹp nhờ em thêm điểm nhấn
vạn vật hữu tình trái tim nhìn ra

chẳng dại không ngu khi ưa khờ khạo
lồng ảnh em vào cùng bóng cỏ hoa
thật sự ngây thơ hơn là ba xạo
làm thơ tán dương lãng mạn đậm đà

ai bảo hành quân không là du lịch
phiêu bồng hay không tự ở lòng ta
vượt bao núi xanh ngủ ăn bờ bụi
hương sắc cảnh tình đuổi địch ra xa

sáng ngắm Sa Huỳnh, nhìn chiều Thạch Bích
Nghĩa Hành hôn em chùng lén sau nhà (1)
cảnh đã cứu em lẫn ta đổ ngã
thân áp thân không tì nát nhụy hoa

lững thững đến đâu lòng ta vẫn đựng
cành nhánh quê hương bóng dáng đàn bà
vắng mặt Chúa Trời ta còn có Phật
xóa giúp nỗi buồn vô cớ thoáng qua

mượn tiếng ngao du ta vào thiên hạ
đúng nghĩa hay không vẫn giàu thiết tha
không ánh mặt trời mặt trăng nào cả
dẫu đang thiền ngồi ta vẫn bôn ba

gần tám mươi năm đời ta dạo vặt
châu Âu châu Mỹ gọi-là qua loa
chuyện đi của ta như là ngắm ảnh
trên những sách in, bạn viết thôi à

sát cuối đời rồi chỗ mơ được đến
là nơi có tên thường gọi quê nhà
đâu có bao xa còn chưa về được
bởi ngại lòng mình sứt mẻ vị tha

mắc cở bần thần tay-không thăm bạn
tấm lòng nhớ thương không thể thay quà
bạn chờ bao năm nhói lòng sĩ diện
ngại không đến chào chịu đựng xót xa

quả thật khó buông, không hề dễ bỏ
có một chút gì đi xa về nhà
tập tục thánh hiền ăn sâu trong máu
gió bụi bốn phương chưa lấp được ta

đành hẹn lên đường khi hồn thoát xác
về với đất trời trả lại xương da
lá lìa cành xa hiểu ra tổ quốc
mới thật sự là một bãi tha ma

LH-4 g 14 sáng 11-12-2018
1. tên ba địa danh thuộc Quảng Ngãi

BA MẶT GIÁP TÌNH

tặng Tuyết Nguyễn

ba mặt sông bọc quanh nhà mẹ
tấm lòng cha gìn giữ yêu thương
sông đầy nước lẫn sông không nước
đẹp bao nhiêu cũng có lúc buồn

đó là lúc con xa cha mẹ
xa nhà vườn ngồi ngắm ảnh suông
những hình bóng bùi ngùi hít thở
cùng nhịp tim mắt thoáng mù sương

nhớ chẳng dễ nở vài nụ lệ
nhưng trong lòng rờn rợn vết thương
những dấu cắt dịu dàng thân ái
sâu không sâu mà đáy vô cùng

tôi cũng nhớ như em, em gái
dù làng tôi chỉ có hai sông
tôi chỉ có vài năm ở đó
trôi nổi đâu sông cũng trong lòng

"không hai lần tắm dòng nước chảy"
nhưng con sông tang hải thế nào
vẫn còn mãi hương bùn hương nước
lẫn hương tôi đọng với ca dao

cảm ơn ảnh cảm ơn hình quá khứ
cảm ơn người góp vốn khi xem
bài thơ viết không cần đọc lại
ngỡ như tan trong thịt da mình
LH-12g20 trưa 27.6.2017

NHỚ THƯƠNG TƯỞNG TIẾC...

con đường ngõ ngách ta đi
vốn là những bạn cố tri lâu đời
nhớ nhà có phần nhớ nơi
bàn chân nhịp bước từng thời kỳ qua

chân trần dép nhựa giày da
ăn hơi mặt đất đỡ ta phiêu bồng
khó dạo hết nẻo núi sông
không gian hít thở đầy lòng viễn du

gió mây những lọng cùng dù
cát đất đá sạn rác phù trợ đưa
theo ngày tháng cùng nắng mưa
xác thịt ý thức se sua trưởng thành

đường-đời-người những thước tranh
vô hình dung sống an lành nỗi riêng
ngắn dài nhiều ít tùy duyên
những vùng thất bại nối miền thành công
*
bốn giờ sáng nay viễn vông
nhớ từng thời những lòng vòng dọc ngang
một phần cõi tên Việt Nam
một phần Bắc Mỹ đời hân hoan tình

vẫn chỉ ta hiểu riêng mình
nhớ thương tưởng tiếc linh tinh rất là
mọi vật tất cả là hoa
mọi thứ trời đất có ta dự phần

nhiều lần tắm rửa lâng lâng
hồn phần thân thể tần ngần nhớ nhung…
LH- 5h30 AM

BẤT NGỜ GẶP LẠI MƯA DÔNG

nếu không sợ hỏng giả chân
vụt ra vạt cỏ cho gần tuổi thơ
trận mưa dông to bất ngờ
nước trong veo như thuở nào tinh khôi

sân gạch bóng bóng nước trôi
và thằng cu nghịch nằm phơi thỏi vàng
sấm theo đường chớp rền vang
giọng mẹ như thể la làng vọng ra:
- mau chạy vào véranda
coi chừng trợt té trầy da u đầu !

*

Á châu qua tận Mỹ châu
mưa dông vẫn giữ nguyên màu ấu thơ
còn tôi thay đổi gì nào ?
không kể hình thức, lòng nao nao buồn

giá vẫn không ngại tắm truồng
giá sống hoài tuổi dễ thương không già
bao nhiêu giả dụ chỉ là
biết mình sắp phải bước qua cuộc người

*

phơi trần đứng ngó em tôi
bỗng dưng nghĩ dại ngậm ngùi mím môi
mưa vẫn bình thản nặng rơi
ướt tay quên vọc nước chơi mất rồi
LH - 8h15 PM

XEM ẢNH ĐỜI THƯỜNG

Quê nhà gần xịt, một ngày bay
cảm tưởng chỉ đưa một cánh tay
đụng vào sông núi, ngày tháng cũ
nhìn rõ ra là mây trắng mây

thương nhớ không riêng một chỗ nào
lưng Phật, lòng đường, xe xích lô…
vui cùng hai cháu thơ ngây ngó
không biết nơi đâu, là chốn nào

thoáng thấy Phong Nha đất Quảng Bình,
Thừa Thiên, Đà Nẵng mới dạng hình
cho dù hơi lạ trong lòng mắt
vẫn ngọt ngào trong hồn hữu tình

cảnh sắc sống lâu trong tim người
màu trời sắc đất chia buồn vui
tuổi trẻ đi chơi không buồn được
tuổi già xem ảnh nặng ngậm ngùi

thật rất lạ kỳ bấy lâu nay
mê nhìn ảnh chụp khắp đó đây
ngẫm ra ta có hồn trong ảnh
có cả nhớ thương đủ vơi đầy…
LH 14-4-2023

QUÀ TỪ NGUYỄN PHÚ DŨNG

người bạn nhỏ xưa thật có lòng
nhốt quê nhà trong một cái lồng
gởi cho ta thú thời đi bẫy
chim hót vườn xanh đồi mênh mông

nhưng ở xứ người vắng bóng chim
họa mi, đội mũ lẫn vành khuyên
có chăng bẫy mắt người vàng tóc
bẫy cái vòng tay chắc dính liền

nhiều bữa buồn buồn dựng lưới lên
chạm phải thời xưa những mũi tên
Hòa Cầm, Quá Giáng, chân núi Chúa
dòng lạch Nam Ô dãi lụa mềm

ngỡ vuốt lá đồi Phú Thượng nghiêng
đạp lên nống đất Hòa Đa hiền
sờ da nám nắng Thanh Khê gió
dụi mắt ngó vườn ai bình yên

tai đựng chào mào gọi Đò Xu
Cổ Mân vời vợi giọng cu gù
chích chòe thôi thúc hồn Phong Lệ
chiếc lồng mầu nhiệm thật đặc thù

không thể không đưa gần sát mày
nhìn từng cọng thép chỉ buộc may
nhục tù nho nhỏ mà kiên cố
nhốt cả tâm thân đời biết bay

cầu đứng, đáy lồng gần sát nhau
trần lồng nhướng mắt chạm ngay đầu
vui chi ca hót gọi đồng loại
hay hận đời buồn muốn hại nhau ?

lẩn thẩn nhiều lần nghĩ vẩn vơ
chim nào không thèm sống tự do
tại sao bắt chúng nuôi cho được
cái thú chơi chim có lẽ nào…

phải vuốt lông lưng, bấm móng chân
phải cho tắm rửa dọn dẹp phân
lâu lâu môi ngậm truyền nước miếng
mỏ cứng sẽ vang nhịp hót thần ?

*

trước cái lồng mồi vượt đại dương
đường bay đường bộ mang tình thương
Dũng ơi chú nhớ gần tất cả
và tất cả là tình quê hương
5g10, 29-6-2022

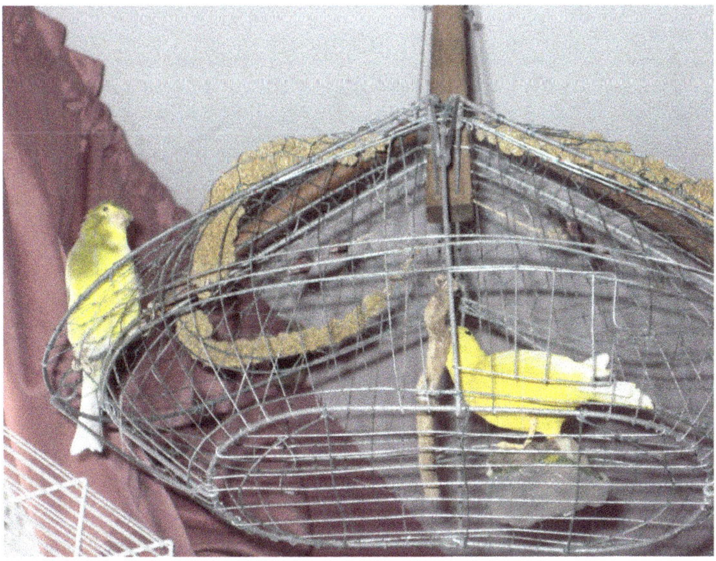

TẠ LỖI

thị xã được ra đời
quê quán của nội ngoại
thành phố tạm nên người
những nơi cho đi dạo
    chưa giúp được ai cười
    lấy chi hờn giận lẫy ?

dựa ý lời danh ngôn
John F.Kennedy nói
sắp chết tôi chưa khôn
đôi ba lần phạm lỗi
    với bằng cả tâm hồn
    xin thứ tha, rút lại

thật sự khi quá buồn
bộc phát lời than oán
càng nhớ cội nhớ nguồn
lời lấp vội chán nản
    chừ đã sắp vãn tuồng
    thấm thía lời đáo hạn

buồn vẫn tiếp tục buồn
kiếp sau chưa chắc có
cũng mong chấm dứt luôn
chuyển qua kiếp cây cỏ

LH-6h40 AM, 06-7-2024

QUÊ HƯƠNG

ví von quê hương là…gì
là nhiều thứ lắm, có khi là…mình
đây là so sánh linh tinh
quê hương chẳng chỉ cái đình miếu chi

là gì chẳng biết là gì
quê hương nếu rủi mất đi rất buồn
nhiều người gọi chung quê hương
khi có ràng buộc yêu thương nhau hoài

quê hương không của riêng ai
mà đa phần biết thở dài xa quê
ở yên, di chuyển, đi về…
linh thiêng tuyệt đối cái quê hương người

LH
3h30, nằm được 1g10phút

SỐNG LẠI MỘT CHÚT XA XƯA, THƯƠNG CHỊ NGÀY XUẤT GIÁ

nhìn mưa xa xót nhớ nhà
dù em đang ở trong nhà đây thôi
căn nhà đã vắng chị rồi
ngó quanh trái phải chỗ ngồi trống trơn
ước chi còn chị để hờn
để ganh chị học giỏi hơn em nhiều
"hứ, xì"... chị vẫn thương yêu
giúi cho trái ổi con diều thả chơi

chị đi đến tận đâu rồi ?
em thừa biết chị đang rơi lệ mà
nhớ lung tung là nhớ nhà
nhớ nơi có đủ mẹ cha em và
cành chanh nhánh khế sà sà
gió nghiêng chim hót nhẩn nha tìm mồi
xưa chị mắc bệnh hay cười
tha con kiến cắn, con ruồi chạm quanh
chị hiền sao em chẳng lành
thường tinh nghịch phá đã thành tinh ma

chị về thăm để rồi xa
mưa bay từng ngọn sướt qua tay người
lòng em ai bảo không vui
sao nghe ứ nỗi ngậm ngùi như mưa
mới vừa hơi xế xế trưa
chị bước chầm chậm để chưa xa nhà
em nghe trong cõi bao la
tiếng lòng chị ướt đang nhòa mắt em

*

Bây giờ chị càng xa thêm
cõi âm có thắp đèn lên để ngồi
nhớ nhà nhớ hết mọi người
chừ em thọ lấn chị rồi đó nghe
78 chị mất im re
83 em vẫn săm se nỗi buồn
nhớ đón em khi vãn tuồng
không còn mấy nữa lạ thường lo lo

KHÔNG CHẾT KHÔNG VỀ

mười-tám năm xa, bỗng về
gặp mấy thằng bạn ủ ê nói cười
niềm vui không thật sự vui
sau vài tuần lận ngậm ngùi ra đi

từ đó đến nay chia ly
hâm-ba năm nữa, vị chi nửa đời
nếu yếu tuổi thọ hơn người
hẳn ta chuyển kiếp chầu trời đã lâu

*

quê nhà chưa mất đi đâu
vẫn còn nguyên vị đàn trâu đàn bò
cửa nhà đã hoành tráng to
vô tư mọi sự hết lo đói rồi

quanh năm suốt tháng ăn chơi
bản tin thời sự ngọt lời văn đưa
nhân hòa trời thuận nắng mưa
đôi cọng rác mọn lụt xua tan liền

đầy đủ quyền nếu có tiền
có tiền tệ nhất có quyền ăn chơi
đời người chừng nấy tuyệt vời
mấy lần dự tính về phơi mặt mày

gió nắng quê nhà lắt lay
tâm hồn bù lạnh tháng ngày xa quê
bạn bè chán chẳng rủ rê
tính hoài chẳng biết nếu về đi đâu

mặt đất rộng chưa bể dâu
xem ra thiếu chỗ ngồi chầu rìa xem
gốc nhà chính, làng đổi tên
thành sân vận động chênh vênh lẫy lừng

*

bao nhiêu hứng thú vui mừng
hình như lùi bám sau lưng tức thì
bỗng nhiên ngại một chuyến đi
chỉ vậy thôi chẳng có gì khác hơn

đành chờ đợi thêm ít năm
khi phổi hết thở cái hồn phải bay
từ mây sà xuống ngọn cây
đất xưa cõi cũ sum vầy cỏ hoa

chừ gắng gói trong lòng ta
thân thiện thành thị dậm dà thôn quê
người hẹn "không say không về"
ta không chết sẽ không về. đành thôi !

LH- 7g43 AM ngày 18-11-2023

YÊN TÂM

ra đi thầm hẹn trở về
bởi chỉ chạy trốn chẳng hề chia xa
không nghĩ chuyện bỏ quê nhà
đất thấm xương cốt mẹ cha ông bà

đã gần bốn chục năm qua
tâm hồn lẫn với thịt da cùng già
yếu mắt chưa hề mù lòa
trí nhớ còn đủ manh nha loạn điều

nhưng buồn… chẳng gợn bao nhiêu
tiếc nhớ cũng chỉ thiu thiu chập chờn
cả nhu cầu lỗ đất chôn
cũng thấy vô ích không còn thiết tha

chuyện thầm mơ về quê nhà
đã là không khó, nhưng mà hết ham
ở đâu mà chẳng lụn tàn
huống chi quê quán còn làng xóm mô

LH- 8h59 AM, 22-3-2024

ORDERLY DEPARTUNE PROGRAM.

DẠO QUA LỐI CŨ ĐƯỜNG XƯA

1.
về thăm nhà sao ngồi yên một chỗ ?
căn phòng này vốn không phải quen thân
dù nằm trên đường đã qua lại bao lần
thời quờ quạng qua nhà em rậm rực

ta quyết định cho đôi chân thử sức
khó dễ chi luôn phải có bắt đầu
ơ mà kìa, lòng quyết đến những đâu ?
thật dễ ợt ! những nơi từng hiện diện

đến để tự vinh danh mình vinh hiển
có một thời ngang dọc chẳng thua ai
vừa lớn khôn đã diễn được nhiều vai
từ thư sinh chơi luôn qua du đảng

giàu tự ái dễ trở nên hảo hán
và càng hư càng tha thiết yêu đời
vịn thanh danh nhan sắc những tuyệt vời
làm hoàn hảo tình thiết tha độc đạo

yêu kiểu ta nặng tinh thần đi dạo
không tỏ bày chỉ mơ mộng rồi đi
ngọn nhớ nhung thường vụt tắt cấp kỳ
khi người đã vào ngồi trong chữ vụn

giỏi lượng sức không để mình rớt xuống
cõi thất tình thứ thiệt kiểu nhà thơ
sau đôi ba ngày buồn bã phất phơ
đâu hoàn đấy ta về trong tìm kiếm

lòng dạ thế phải chăng ta ti tiện
tính toán qua loa không đủ chân thành
điều tuyệt vời không phải gã sở khanh
bởi dễ hiểu luôn một ta độc diễn

nếu có tội chính là thơ tùy tiện
nhập vào ta hành mơ ước lung tung
hỡi những em ta lỡ phạm danh xưng
xin tha thứ người mê tình hơn mê gái

2.

những đường đang qua những nơi sẽ lại
đều có một người hay ba bốn cũng nên
ta một thời từng lẫm liệt gọi em
trong câu chữ đậm đà tình vần điệu

đi mỗi bước mỗi giàu thêm chất liệu
ủ hương tình tha thiết của ta xưa
nghiệm ra rằng những ảnh hưởng nắng mưa
chẳng tác hại lên tình ta một thuở

từng nét đẹp rõ ràng trong trí nhớ
những rùng mình xưa cũ vẫn y nguyên
muốn gọi tên nhưng lòng miệng lặng yên
rộng mắt ngó tình xưa đang trước mặt

phố thay đổi khá nhiều trong kiến thiết
lạ lần đầu nhưng chớp nhoáng thân quen
bởi rõ ràng hồn phố vẫn còn em
còn ta nữa dù bỏ đi xa xa lắm

chẳng ngồi ghế, ngồi bệt trên đất ấm
đủ nghe ra ta và đất quê hương
vẫn liền nhau một mạch yêu thương
với vạt áo em trải mời thuở nọ

ta đã về xin em yêu nói nhỏ
giấu giùm ta đang hiện diện nơi này
ta ngại rằng gió lại thổi ta bay
không lén lút nhưng âm thầm tốt nhất
kỳ cục quá hình như ta đang khóc

01. 2017

(ảnh Hạnh Thục Đàm tại FB Đàm Hạnh)

ẢNG BÈO NUÔI ẤU THƠ TÔI RÔ THIA, RÔ MÉM MỘT THỜI CÒN ĐÂY ?

ấu thơ đựng bóng quê nhà
vài năm đã rậm đám hoa cỏ trời
được nhìn một rẻo ảnh vui
tự dưng nhớ nhớ vụn đời thiếu nhi

đề ảnh là cách copy
lương thiện chắc chẳng có chi đáng ngờ
nhìn dung mạo đọc ra thơ
tâm không rõ chữ vu vơ dặm vào

tôi chọn yểu điệu ca dao
lên trang nữ sắc ngọt ngào xinh tươi
thật ra người nữ trong đời
ai cũng tác phẩm tuyệt vời thi ca

tôi tu đạo thờ đàn bà
để học hiền đức vị tha nuôi lòng
tình chữ trời cho thong long
luôn luôn như thật dẫu không có gì

vui cùng tưởng tượng đôi khi
lãng mạng thơ thẩn thành thi sĩ nòi
người mẫu ảnh dáng khoan thai
nông thôn thành thị chung vai hiền từ

*

cô trong hình rất tiểu thư
về từ thành phố chần chừ đứng đi
để xem cô định làm gì
sớm mai nắng ửng xuân thì đong đưa

cô nắm nhẹ cáng áo dừa
làm tôi chợt nhớ ngày xưa ảng bèo
nước phơi nắng xanh mướt rêu
tôi nuôi cá ruộng lèo tèo ít con

cô ơi đừng làm sảng hồn
những con cá ẩn bèo rong khù khờ
chúng đang lắng lòng làm thơ
tôi chờ chép lại dòng thơ ấu mình

cảnh vật bảo nhau lặng thinh
cả gió không dám trở mình vi vu
xin cô đẩy bèo từ từ
nếu được, gắng đứng im như tượng đồng

như bụi cây sát bên hông
lá khuê các mở thong dong ngón trầm
không gian câm nín dưới chân
mặt gạch trân quí vết thâm tháng ngày

lu đất không ửng dấu tay
tôi cảm nhận được từng hay sờ vào
sáng rửa mặt, xối sơ sơ
tối rửa chân, dội ào ào nước mưa

vách phên liếp mái…hồi xưa
tản cư ở đỡ mấy mùa tuổi tôi
nhìn ảnh man mác bồi hồi
may có cô đứng bớt bùi ngùi thương

*

không khen váy giữ thân hương
ba hoa ẩn ý khiêm nhường tán dương
thơ thẩn nhiều lúc bất lương
ở những viết lách rối đường chân thơ

rạng rỡ cô đúng là cô
phu nhân quan chức bảnh bao trong đời
tuổi đời chắc kém hơn tôi
ngày vui chắc hẳn hơn tôi khá nhiều

tôi xưa sáng sáng chiều chiều
quanh đi quẩn lại một chiêu rề rề
đạp xe lẩn thẩn đạp xe
tóc thề chỉ ngó, phi dê chỉ nhìn

cô thấy và biết, vô tình
nghe cô nhắc, chợt giật mình lo lo
cái thân mảnh khảnh cánh cò
dễ chi lạc khỏi cái trò thơ chơi

*

cô chừ đã giống như tôi
làm thơ, chắc khá hơn tôi nhiều đường
cô vung tay khá khiêm nhường
đủ tạo ra được lắm đường thơ hay

"Tìm Lại Tuổi Thơ" chứa đầy
buồn vui hình ảnh những ngày xa xưa
cô mời tôi góp tay đưa
háo danh cũng đã không lừa gạt ai

khen, không khen có một vài
cái tình quê quán dài dài hồn nhiên
mừng cô luôn giữ cái duyên
trong hồn chữ nghĩa thánh hiền đã cho

8h50AM, 21-10-2022

MỪNG ĐƯỢC QUÀNG VAI GIỮA QUÊ NHÀ

thân gửi nhà văn Nguyên Minh,
chủ trương tạp chí Quán Văn, SG

ngỡ như khoảng cách giữa quê nhà
và thân thể ta không quá xa
qua tình bằng hữu giàu thương mến
kỷ niệm nửa đời cụng sát da

cảm động được nhìn tuổi lão ông
chân dung đồng dạng chắc chung lòng
trò chơi xưa cũ cùng trân quí
không nói lời nào nhưng cảm thông

bạn ngang ngửa già như ta thôi
rõ hơn hẳn ta mắt môi cười
lâu nay vẫn tưởng ta vô địch
nhìn bạn, lạc quan ta thua rồi

ai gác chân lên quê hương mình
khi ăn khi ngủ lúc làm thinh
tâm hồn chắc hẳn an nhiên đẹp
với đất nước đang thời thái bình

dẫu có lắm điều còn bất ưng
trái tim trí óc vẫn đi cùng
bàn tay mở những vồng chữ sống
căn bản mở đầu hạnh phúc chung

thật phục bạn hiền chọn cách chơi
ta trong thế bạn, đã buông rồi
có chăng lẻ tẻ và đơn điệu
chẳng dễ mở ra được quán ngồi

xa ngái, nhiều lần buồn vẩn vơ
thả hồn mong đến quán văn chờ
chạm tay bè bạn cho thơ thẩn
thơm nhẹ hương tình quê thuở nào

phơi phới lòng vui bữa hôm nay
dấu tha phương được bạn cầm tay
thiếu điều ươn ướt nơi đuôi mắt
lòng trở mình theo tuổi dạn dày

hai-mặt-tình-ta một tấm lòng
vụn đời thành bụi cuộc chơi ngông
đâu ngờ cũng được về đất nước
được bạn quàng vai chia cảm thông

thú thật ít nhiều mắc cở trông
mẩu bià thô thiển nét nông thôn
nội dung thương nhớ quê hương cũ
giấy đựng bao năm có lạc dòng ?

cân nhắc giao lưu giảm khó khăn
mở đường mai mốt gắng mon men
chạm tay bạn nữa cùng bạn khác
hương lẩn thẩn xa, những trở trăn

giấu tiếng cảm ơn ở nơi nào
loay hoay vụng rớt mấy câu thơ
đừng phiền bạn nhé, ta kiểu cách
khéo léo hóa ra lộ dật dờ

thật tình biết ơn người bấm hình
giữ vui khoảnh khắc ấm thân tình
không gian tên gọi địa danh cũ
không xướng lên mà vang quanh mình…
LH - 5h25AM| 2023

Nhà văn Nguyên Minh, chủ bút tạp chí Quán Văn, Saigon

CAM PHẬN

hồn sông núi trong người như mạch máu
đâu mấy khi nghĩ đến, nhưng thường xuyên
là điểm tựa buồn vui mọi tình huống
hít thở ngẫu nhiên như tập tục di truyền

người khuất bóng, hồn núi sông còn mất ?
sao quắt quay mong về với quê hương
thật hạnh phúc được đất tình tổ quốc
cho hòa tan trọn vẹn khối thịt xương

tình đất nước tiềm tàng trong hồn xác
vẫn có người bán nước thật vô tâm
sung túc tha phương cuối đời quên được
nơi đặt nôi giàu tình nghĩa thâm trầm ?

dù chi cũng như người không chung thủy
ta như sông lỡ đã bỏ xa nguồn
cạn cuộc sống tha thiết về vẫn ngại
nguyên do đâu ngoài mình vẫn bất lương !

buồn trong dạ lên chữ nằm thay tiếng
thở dài suông càng thăm thẳm ưu tư
hồn sông núi khuất cùng hồn của xác
cam xuôi tay trong mãi mãi ngậm ngùi
4.12AM- 17.10.2016

NHỚ BẤT TỬ NHỮNG CÁI NHÀ

chẳng dễ có dịp nhớ nhà
bỗng dưng loáng thoáng manh nha qua đầu
nỗi nhớ thật sự từ đâu
bụng dạ tồi tệ chẳng rầu-máu chi

* cái nhà nguồn cội chia ly
hình ảnh từ thuở chưa đi đến trường
* cái nhà trời núi ngộ thường
ngày ngày dựa tảng đá luôn tay rờ

* cái nhà chứa cả tuổi thơ
con rạm con cá nhởn nhơ lòng vòng
mớm chim uống nước-miếng trong
rễ bèo xanh dính cọng rong, tay lần

* những cái nhà một giường nằm
không một khoảnh trống nhốt lòng vu vơ
* cái nhà biết vẽ đến đồ
con-tàu… hiệp sĩ mù mờ kiếm cung

* cái nhà tập tành nhớ nhung
thân áo mỏng mảnh lai quần vướng chân
* cái nhà vụng về khai quân
tiến vào bí sử thâm cung đời người

* những nhà tạm bợ nổi trôi
giàu ngang bướng trả nợ thời thanh niên
* cái nhà tâm hiền như thiền
chữ dư giả rớt mái hiên giường nằm
(con thiệt con ảo dìu chân
bước sống chững chạc gần gần thánh nhân)
* những nhà không chút bận tâm
lo hư này nọ, không sân chẳng vườn

nhớ ư ? - kiểm lại - như tuồng
nhớ tha thiết nhất nơi đương thở này
bốn mùa luân chuyển đổi thay
đêm đêm vẫn ấm trong tay lá bùa
(trừ ma, ếm quỉ |chịu thua
những phút lẩm cẩm se sua như vầy)

* ồ nhà tôi, nằm sát đây
cái nhà đích thực đựng đầy đời tôi
LH- 06h16 AM

thân phụ | Đông Kinh Nghĩa Thục

HỒ NGHI

xa nhà nhớ nước nhớ nguồn
nhớ luôn cả cánh cửa buồng em xưa
đời chừ gọi "em gái mưa"
(chữ dùng khá tốt, không thừa thiếu chi)

gặp em, xưa tác động gì
mắt sáng môi hở chân quì nhập vai ?
tôi chắc mình chẳng khác ai
những người cũng rất tròn dài như tôi

(tròn là tròn đầy một đời
sướng khổ lên xuống cuộc chơi làm người
dài là giàu năm tháng: ngồi
đi, đứng, đấm, đá, nín hơi… qua ngày)

trân trọng giải thích liền tay
sợ u ám nghĩ lầm mây mưa tình
nhớ nhà, tôi nhớ linh tinh
từ chái lá chật tới đình làng to

nhớ rất ư giống giả đò
còn tâm hồn đựng thơm tho quê nhà
thật ra tôi nhớ thật mà
chỉ vì chữ nghĩa ba hoa hại mình

viết là hóa giải làm thinh
pha tạp lộn xộn linh tinh cầu kỳ
sống dai lòng, mặt đều lì
nhìn quanh ngó quẩn hồ nghi cả mình

6g00, 17-6-2022

VỀ

đã hết sống trong thời ra mặt trận
không còn lo về trong chiếc poncho
đã chấm dứt lê thân tìm mìn gỡ
hết run run may rủi đợi đất chào

và biết chắc sẽ trở về trong hủ đất
nếu quê nhà, em và cháu còn thương
ngày rời nước đinh ninh rằng mất sạch
nhưng bây giờ xem ra vẫn còn đường

con lộ ấy không còn cần lớn nhỏ
bởi bụi tro không chắc có linh hồn
điều rất lạ ta luôn luôn ước muốn
được trở về dù khó có đất chôn

những đại nhân, anh hùng cùng hào kiệt
đã dặn dò tro cốt rải núi sông
ta bình thường một đời yêu cuộc sống
nên không mong nhúm bụi cuối long đong

muốn trở về để khoe rằng ta có
hai quê hương đích thực trong đời
và chứng thực lời cổ nhân đã nói
về cội nguồn khi chiếc lá rụng rơi.
LH - 7h32 AM, 2023

MIẾU

tặng Nguyễn Lệ Uyên (NgU)

hôm 26 tháng 1
theo một em qua cầu
cây cầu tên Rạch Miễu
chẳng cần biết về đâu

hồn em tôi lưu giữ
trong vài chục câu thơ
tình tôi em có giữ
vào chỗ kín giấc mơ ?

*

hôm nay bạn văn gửi
cầu Rạch Miễu xem chơi
Miễu đồng âm như Miếu
vãn cuộc tôi vào ngồi ?

cảm ơn bạn báo trước
tin này là tin vui
tôi Quảng Nam mất gốc
đang lưu lạc xứ người

đang lo tìm Am nhỏ
lộ ra dạng Miếu to
lại về gần quê quán
Bến Tre từng hẹn hò

người chết được vào Miếu
chí ít cũng là thần
tôi thành thần cũng đúng
thứ thiệt từ nhân dân

thần tôi sẽ tiếp đón
hiền nhân cùng nữ nhân
tặng lá bùa trường thọ
cho ai còn lương tâm

quả là tôi lú lẫn
lương tâm ai không còn
trừ một phần nho nhỏ
đang ký sinh nhân dân
10-2-2023

HỒI HƯƠNG

ra đi
    nước mắt chảy thầm

trở về
    mất cả điếc câm đời thường
còn cái hủ nhỏ
                ngấm buồn
nhúm cốt
            nguội lạnh
                    như tuồng lao chao

(đây là chỉ mộng lẫn mơ:

thằng em mua được chỗ nào vùi sơ
hồn người
            trộn lẫn hồn thơ
có mùi quê quán
                trộn vào hư vô)

HÍT THỞ CÙNG
ĐỊA DANH, HÌNH ẢNH

1. Góc Sông Xanh Núi Biếc
2. Góc Đất Tình Hội An
3. Góc Đất Tình Tiên Phước
4. Góc Đất Tình Liêm Lạc Hoà Đa
5. Góc Đất Tình Đà Nẵng
6. Góc Đất Tình Huế – Thừa Thiên
7. Góc Đất Tình Quảng Ngãi
8. Góc Đất Tình Sài Gòn
9. Góc Đất Tình Quảng Nam

Và những địa danh khác

GÓC SÔNG XANH NÚI BIẾC

TỨ HÒA TỤC GỌI SÔNG TIÊN

dòng sông tôi tắm đầu đời
nông sâu rộng hẹp lõm lồi quanh co
dòng sông không có con đò
nước trong thấy đáy nhỏ to đá nằm
kề nhau bằng phẳng đầy lòng
miên man nước chảy xuôi dòng lăn tăn

dữ lành theo một thói quen
đêm đêm nguồn nước hung hăng ì ầm
sông có trí sông có tâm
tự mình nổi giận nhưng không giết người
dân địa phương dặn chúng tôi
tối trời chớ dại tới lui, qua đường

tôi chưa biết lẽ vô thường
lòng sớm trắc ẩn yêu thương mơ hồ
đêm chợt thức nghĩ vẩn vơ
theo tiếng nguồn gọi ai vào cõi ma
sáng ra nỗi sợ trôi qua
lội xuống vọc nước tà tà nằm ngâm
tôi mê loại cá chuyên nằm
bám sát mặt đá âm thầm không bơi

bụng chúng như có hồ bôi
để đâu dính đó không trôi nổi gì
cũng may da lưng sù sì
nên không dám bắt làm chi, chỉ nhìn
Tứ Hòa tôi nhớ như in
tên sông hẳn có trái tim hiền từ
vài năm của thời tản cư
lòng tôi đọng mãi nước từ nguồn cao

sau này biết đến ca dao
tôi hình dung được ra sao tấm lòng | *10-2019*

THU BỒN SÔNG NUÔI QUẢNG NAM

sông Thu đầy đủ Thu Bồn
còn tên: Sông Mẹ, mang hồn Quảng Nam
khởi từ Ngọc Linh ngút ngàn
cuốn mây cùng gió đổ tràn lan theo

sườn núi ghềnh đá cheo leo
tây nam vùng đất trời gieo nhân lành
hợp cùng sông Tiên, sông Tranh
tưới ngọt chân lúa thơm danh đất hiền

Quế Sơn, Đại Lộc, Duy Xuyên
dòng sông kết nạp gắn liền Vu Gia
đẩy đưa tạo dựng phù sa
Điện Bàn hai hướng mở ra đôi đường

một dòng Chợ Củi thân thương
một dòng Bà Rén khiêm nhường dáng trôi
bắc nam lại gặp thảnh thơi
lang thang đến cõi đất trời Hội An

*

tôi dân đặc sệt Quảng Nam
nhiều vùng đất, núi ấm bàn chân đi
thật ra không biết, nhớ gì
tên gọi, vị trí vân vi mơ hồ

sông trôi qua địa phận nào
phương danh con đất đặt vào tên sông
cuộc sống tôi tuy lòng thòng
nhưng nghèo luống nước thả ròng theo tôi

ngay Hội An mở cuộc đời
sông chỉ vài nét dạo chơi vội vàng
mươi câu tình lạc-bi-quan
dựa vào dòng nước hoang mang lạc loài

lòng tôi " Cửa Đợi (đại) Sông Hoài"
thao thức mấy kiếp thành bài tâm thi
tôi về lẩn quẩn rồi đi
mừng sông thức ngủ uy nghi vẫn còn

cuống rún tôi xưa đốt, chôn ?
dù chôn hay đốt trong hồn Hội An
trong dòng sông thật dịu dàng
cũng chẳng cho phép tôi tan hòa cùng...
5g25 | 21-10-2019

SÔNG HÀN PHÀ ĐỢI AI QUA

cho dù phát xuất từ đâu
họp bao nhiêu nhánh nông sâu vẫn là
nước có khúc chảy tà tà
có nơi dòng chảy mượt mà lụa tơ

Vịnh Phàm, Lỗ Đông họp vào
Khuê Trung, Cẩm Lệ, Thạch Bồ =
Hàn giang
sông rời bỏ núi lang thang
như em theo gã hoang đàng làm thơ

mang theo trái tim ca dao
nhiều miền hoa lá cùng thao thức tình
lúc xuề xòa khi hiển linh
sông luôn là ả nhân tình đất đai

vóc dáng thướt tha trang đài
tâm dung nữ sắc khoan thai dịu dàng
lúc trổ quạu khi mơ màng
mềm mại dây thắt phũ phàng dửng dưng

sông Hàn vốn khá bao dung
chẳng cho hà bá vẫy vùng nhiều đâu
tôi kề cận cũng khá lâu
chẳng mấy khi ngấm buồn rầu của ai...

*

một thời tôi áo vắt vai
quần đùi may cặp sọc dài hai bên
chiều chiều theo bạn leo lên
nhánh cây sà, nhảy xuống nền lụa xanh

nước không đến nỗi lạnh tanh
chỉ đủ săn đùm củ hành trơn tru
từ xuân nhật đến phân thu
không nhớ ngâm của-không-tu mấy lần

khi đụng đầu vào trai tân
dựng xe ghế đá bâng khuâng ngồi nhìn
mặt sông không hề lặng thinh
nhưng nghe không rõ tỏ tình những chi

lòng manh nha nỗi sầu bi
vô danh vô dạng đến đi bất ngờ
buồn tay gói cảnh trong thơ
lòi ra gió nước rù rờ u mê

*

thơ tặng Lê Thị Hồng Lê (1)
thơ tặng có bé tóc thề quận ba
thơ tặng khống khứ đôi tà
áo bay theo nước con phà qua sông

tặng Thái Tú Hạp tỏ lòng
trước khi vượt biển mênh mông đổi đời
tặng Triều Hoa Đại chịu chơi
in thơ sông bỏ đất trời đi rông

thơ nhớ Doãn Dân nhìn sông
"mừng bạn về lại đời không phiêu bồng"
đâu ngờ lần đó là xong
bỏ **"Chỗ Của Huệ"** ngồi mong, không về

*

thơ ba trợn, thơ chỉnh tề
tôi chơi xả láng chẳng hề ngán ai
thủ-đô-tỉnh-lẻ chen vai
mê em nhờ đó tôi dai hơi nhiều

sông Hàn còn đậm dáng kiều
gió bay rùa nổi ngược chiều vẩn vơ
tôi từng vào chiếm nhà cao
suýt làm chính trị... bất ngờ bỏ ngang (2)

rồi vào tòa thật đàng hoàng (3)
nửa năm trốn lính luôn dòm ngó sông
chẳng chuyện nào là nói ngông
nhưng khó kể hết dẫu lòng giữ nguyên

*

qua phà đôi chuyến vô duyên
nhát gan chỉ ngắm em hiền thế thôi
lụt năm thìn cũng qua rồi (4)
Lâm An đâu biết tôi bồi hồi theo (5)

sông vẫn còn đó trong veo
Mân Quang Cẩm Lệ vẫn vèo vèo trôi
tôi có thói quen nhìn trời
bởi nhớ sông núi ngậm ngùi thường xuyên

mong rằng đất nước bình yên
tổ tiên độ dân tộc hiền an vui
tôi ăn tôi ngủ xứ người
lòng tôi vẫn giữ khóc cười đất xưa

3g29 | 20-10-2019

1. tên thật một nữ đồng nghiệp đã qua đời.
2. trong nhóm xuống đường vụ Thanh Bồ Đức Lợi
3. từng là công chức TTC
4. trận lụt lớn nhất trước 1975, nhưng nước chỉ gần tràn đường BĐ
5. tên một nữ sinh giàu nhan sắc

TRIỀN CÁT BÊN SÔNG ĐÒ XU

không hẳn mê cả dòng sông
khoái khoái triền cát ghe nằm nghỉ ngơi
chỗ này giống nơi tôi chơi
vùi chân vào cát một hồi rút ra
vừa ấm vừa mát hài hòa
nghe trong da thịt nở ra ít nhiều

nắng buồn đang ngủ thiu thiu
nước không thể đứng bóng chiều chảy theo
mây chìm dưới nước trong veo
lòng trời bỏ trống gió treo cánh rồi
không chạm chiếc lá nào rơi
niềm vui chưa nở nụ cười nào thơm

tuổi thơ nhiều lúc cô đơn
một mình vớ vẩn ngồi chôn chân mình
trò chơi như điềm vô tình
bàn chân tội nghiệp bỏ mình ra đi
mấy mươi năm có lâu gì
triền bờ sông cũ tre thầm thì reo ?

CHIA TAY BÊN SÔNG HÀN

gởi Thái Tú Hạp để nhớ một kỷ niệm

thong dong trong âm thanh buồn
dòng sông có tuổi rời nguồn qua đây
nhạt nhòa lòng đựng bóng mây
sóng đưa đẩy nhẹ ánh ngày vào đêm

thỉnh thoảng thả lòng lênh đênh
chúng tôi đang muốn được quên phận người
bâng khuâng suy ngẫm cuộc tôi
tôi đoán bạn nuốt ngậm ngùi vào tâm

tiếng đêm thánh thót nhạc trầm
nhịp tim bè bạn hiểu ngầm lòng nhau
tối mai bạn sẽ bắt đầu
một cuộc vượt thoát về đâu chưa tường

nhưng đi cầm chắc đi luôn
nửa đời người bỏ quê hương đoạn đành
mang gì trong chuyến hải hành
trên đầu, Tổ Quốc sắp thành hư vô

*

khi nghe bạn tin bất ngờ
lòng tôi hụt hẫng nao nao lạ kỳ
bạn có điều kiện ra đi
lời chúc lộn lời chia ly nhạt nhòa

vu vơ nhìn hướng Sơn Chà
cửa sông Hàn mở bao la bên ngoài
không bắt tay chẳng vỗ vai
cả hai giấu tiếng thở dài mênh mông

cũng may kịp lúc dòng sông
bỗng xôn xao sóng bềnh bồng nhắc chung
không còn giờ nghĩ lung tung
chào nhau, còn đoạn về cùng đường đi

hình như không mình bạn đi
chính tôi cũng thấy chia ly quê nhà

*

sớm hôm sau tôi trở ra
ngồi vào chỗ cũ nhìn bao la trời

con sông vẫn ở đó thôi
chỉ dòng nước mải miết trôi không ngừng
Sơn Chà gió chẳng ngại ngùng
đỡ tôi đứng dậy ung dung chờ thời
6.56 sáng 19.9.2017

CẦU TRÊN ĐẤT SÔNG HÀN

1.
đoạn cầu trên bàn tay
vòng cung một khoanh núi
đầu cây chạm lưng mây
du khách vui chụp ảnh

2.
một khúc sông yên bình
bốn thân cầu bắt ngang
mỗi cầu một độc đáo
thương quá dòng sông Hàn

3.
từ 5 thân cầu đó
đảo mắt một vòng tròn
những gì ngoài vũ trụ
nằm trong lòng mắt trong

thấy Bà Nà gặp phố
ngộ lại Hải Vân đèo
vừa quen vừa xa lạ
ta xưa nay cùng treo

Thích Ca, Quan Âm tượng
điểm tựa của tâm hồn
xem cảnh như nhập cuộc
nhàn du cùng nước non
9h51 PM. 10-4-2024

SÔNG HÀN Ở MONTRÉAL

ở Montréal có sông Hàn Đà Nẵng
bạn không tin, xin mời ghé bước thăm
sông ngang ngửa chiều ngang và mặt phẳng
chiều dài trải theo dòng chảy thong dong

nhà tôi ở không cách xa sông lắm
lúc chạy xe, khi rảo bước cũng về
thẳng một mạch, hay lòng vòng cũng tới
bờ sông vui nước hát lá cây reo

tôi ghé đến một mình khi hụt hẫng
nhớ điều chi hệ trọng dính quê xưa
tôi tìm đến hai mình - hay hơn nữa
khi niềm vui, lòng chợt có hơi thừa

tùy mỗi lúc tâm thân, thay tâm sự
nỗi chung riêng lên câu chữ đâu đâu
không hẳn có bóng sông hay hồn nước
nhưng không gian luôn thi vị nhiệm mầu

*

tôi chộ mặt sông Hàn năm 51
tròn mười năm được đến với cuộc đời
với 10 tuổi nhưng trí khôn khá lắm
sức nhớ dai, gần như thể đi đôi

(xin mở ngoặc tự khen mình chút xíu
một đôi khi nói dốc cũng hay hay
với nói láo, tài hèn tôi hạn hẹp
nên thật thà luôn ấm bàn tay bày)

kỷ niệm với sông Hàn không nhiều lắm
nhắc chơi chơi thơ được vài trăm trang
tôi lắt nhắt nhớ qua nhiều thi tập
có quên chăng vờ không nhắc mấy nàng… !

những cụ thể ghế đá ngồi, nhánh nhảy
ùm xuống sông, sống mới rợi hôm qua
những lá buồm, đầu ghe đôi mắt vẽ
nhớ chao ôi, nhớ như nhớ cửa nhà

*

sông Hàn xưa, tôi chưa từng câu cá
có câu chăng câu vạt áo nữ sinh
có đợi chăng đợi bóng rùa gió nổi
(dung tục câu thơ, hồn phàm tục mình)

sông Hàn nơi đây, tôi quay phao chạy
nói như đùa nhưng thật đến mười mươi
chì tôi quăng có mồi không có lưỡi
ừ tôi câu gợn nước đến tìm người

đứng cùng em, bên con, tôi sôi nổi
nhắc về sông Hàn điểm nọ điều kia
xin tạ ơn trân trọng giờ tôi nhắc
góc ố nằm bất chợt bị đoạn lìa

nói thật bụng cũng điều may đấy chứ
mất cái này đời cho được cái kia
(những so sánh vô duyên, liền dập tắt
hời hợt tôi, trời phạt sớm đoạn lìa ?)

*

buồn lẩn thẩn ngồi vọc chơi chữ vụng
giới thiệu sông Hàn ở "Mộng Lệ An"
một thành phố cũng hơi hơi nổi trội
nhớ kể khơi khơi để tránh thở than ?

sai hay đúng chắc cũng cần xin lỗi
thay cảm ơn suông quen miệng nói hoài
sông Đà Nẵng ở phố người, nói xạo ?
nó, chính tôi đây, rúc rích thở dài…
7h55 AM | 24-5-2024

DÒNG VĨNH ĐIỆN, SÔNG QUÊ MẸ HIỀN

tên sông gọi theo thói quen
dựa danh xưng của mặt bằng đỡ sông
một dòng hẹp, sâu hay nông ?
quanh co uốn khúc cây lồng dáng soi

sông quê ngoại như con ngòi
tôi hơi lạt lẽo không coi nặng tình ?
qua lại vội vã thình lình
gần như không lượm ảnh hình nhớ nhung

ngỡ không có bạn chơi chung
thơ văn chưa chắc tôi ung dung về ?
những Bửu, những Luân... rủ rê
từ một chữ Thị đâm mê thành ghiền

*

dòng sông sáng nhờ cái duyên
cây cầu nho nhỏ nghiêng nghiêng mở đầu
tôi dắt xe-đạp lên cầu
không phải vì mỏi, vì màu áo bay

trường Nguyễn Duy Hiệu nơi này
em Y em X đâu hay tôi nhìn
ở đâu nhà em Thoan xinh
Đynh Hoàng Sa gởi thơ tình nhờ giao ?

*

dọc theo sông có hàng rào
cây xanh dẫn thẳng đường vào nhà em
nhưng rồi ngoài cổng ngó em
liền lui trở lại vịn lên tay cầu

mơ hồ nhìn nước chảy mau
thấy Thoan quá đẹp lắc đầu trốn luôn
Đyng Hoàng Sa đã bị thương
còn tôi có lẽ chỉ buồn sơ sơ

dòng sông ngày đó đến giờ
ra sao không biết mơ hồ cả Thoan
Đynh Hoàng Sa về Suối Vàng
riêng tôi sót chút mơ màng thoảng qua

những đầu mối để nhớ nhà
nhiều khi phức tạp như là tình yêu
9g 10 | 22-10-2019

SÔNG HƯƠNG THƠM LÒNG CỐ ĐÔ

" em từ Bảng Lảng ra đi
thong dong thay một nàng thi sĩ hiền
qua đồi Vọng Cảnh buồn nghiêng
về tây bắc mộng ươm duyên bến nào ?

lòng em sâu cạn ra sao
xuyên rừng Ngọc Trản lại vào chính tây
chan lòng cho đất xanh cây
xanh qua Lương Quán vơi đầy về đông

cá tôm nương bóng bèo rong
miếu Văn Thánh lượn, đồi Long Thọ vùng
uốn mình ôm giữ hoàng cung
Tràng Tiền, Bạch Hổ sầu chung một dòng

hương thơm từ một tấm lòng
Hương nuôi triệu triệu tấm lòng ngát hương
nhịp đời thăng giáng vui buồn
vẫn em lụa biếc trong nguồn máu ta

Gia Viên, Cồn Hến chan hòa
Thuận An biển gọi tôi và em trôi"

*

hâm hai câu trên trong thời
"Cảm Ơn Đất Đá" vui chơi qua ngày
hẳn có dở chưa có hay
muốn viết mới lại, loay hoay ngại ngùng

sông Hương, viết thật không cùng
lợi dụng có nỗi nhớ nhung viết hoài
điều gì nói dở nói dai
có thành không nỗi nhạt phai mặn mà

"đò em vẫn chở nguyệt hoa
cho ta hồn mộng la cà theo sông"
ngủ đò, ta có nhưng không
bàn đèn và "cái hồng hồng phương phi"

cả thời lững thững ra thi
cũng không ngớ ngẩn *"bước đi không*
đành"
chẳng qua mắt biếc mày thanh
cái cồn hến ám theo hành ta thôi

hỏng rồi lại đậu đấy thôi
nhưng "buồn đứt ruột" em ơi em à
sông quê em chảy tà tà
dòng nông mà thật nuột nà biết bao

đi cạnh bờ đã lao lao
bên phố bên nước toàn thơ sẵn rồi
chỉ cần xòe tay đủ phơi
lòng lên giấy trắng chờ thời tặng em

ta chờ, chờ em gọi tên
hồ Tịnh Tâm vẫn chỉ sen u buồn
không thơm mà đã có hương
con sông đã vậy em phi thường nhiều

*

ương ngạnh đụng đầu tự kiêu
mạnh ai mấy bước chẳng chiều lòng ai
cũng xong một gã vô tài
cũng qua một ả tóc dài phủ lưng

cầu Tràng Tiền gợi nhớ nhung
chẳng phải Tôn Nữ khiêm cung đâu nờ
tạ ơn quí ngài làm-thơ-
thổ-địa cho ké phất phơ ít dòng

thanh trà tôi gọi trái bòng
nên chi rớt trái nhãn lồng khỏi tay
hôm nay, ừ sáng hôm nay
viết về sông, sống lại ngày ngắm sông

mấy vua nhà Nguyễn hết lòng
như tôi vớ vẩn thả dòng thơ theo
sông Hương nếu có rong rêu
đó là tình nhớ tôi bèo bọt trôi...

*

đọc Hồ Đình Nam bùi ngùi
đọc Hoàng Xuân Sơn thấy tôi người vô
duyên
Huế thơ văn, nguồn vô biên
trèo đèo tôi tới làm phiền lá hoa

tạ lỗi cùng quí bạn ta
cùng Thừa Thiên Huế bỏ qua lỗi này
sông Hương nước còn vơi đầy
lòng tôi chệch choạc vụng tay bụi chìm
8g54 | 20-1-2019

CẦU VÀ SÔNG CÂU LÂU

đêm, xuống ghe bầu Hội An
chúng tôi trôi đến Đông Bàn mấy hôm
chuyến tản cư khá vội vàng
cha tôi nhẹ dạ hay toan tính gì

tính từng dặm sai từng li
đời tôi có thể khác đi rất nhiều
hơn, thua chắc cũng bấy nhiêu
xin bỏ chữ nếu buồn thiu kia và

nhớ chiều bữa nọ (đã xa)
tiếng mìn nổ lớn người ta xầm xì
tôi ngơ ngác không hiểu gì
nhìn theo tay chỉ hồ nghi mắt mình

cây cầu một nửa đã chìm
một nửa vắt vẻo im lìm hồn nhiên
nắng chiều đè ngọn cây nghiêng
lủi thủi vào một góc hiên ngồi buồn

*

ít ngày qua quên, quên luôn
chín năm sau bỗng bất thường nhớ ra
cây cầu năm xưa đây mà
lúc này tôi biết tên là Câu Lâu

vẩn vơ nhìn nước chảy mau
chờ đò để được qua đầu bên kia
cây cầu vẫn thân đoạn lìa
sắt trơ dựng đứng mộ bia sông buồn

bỗng lẫy với mẹ bất thường
tự nhiên bắt buộc đổi trường phương xa
nhìn sông muốn nhảy xuống mà
thấp thoáng thấy bóng ma da hết hồn

nhiều năm sau nghe tin đồn
anh Lê Đình Tiếng (bà con) trúng thầu
dựng lại thẳng thớm Câu Lâu
bàn giao chưa kịp cầu chầu thủy cung

"tiêu thổ kháng chiến" tới cùng
ông anh-thúc-bá tôi lưng oằn rồi
thân cầu gãy đứng nghinh trời
khác chi Từ Hải, ơi người vật xưa...

*

về sau, sau nữa đẩy đưa
tôi qua Nam Phước nắng mưa nhiều lần
cầu mới sông cũ vẫn gần
gần miết ngay lúc bần thần này đây

sông buồn không tỏ ai hay
cuồng lưu thịnh nộ gió bay theo mùa
tôi xin đại diện sông thưa
nước không cố ý cuốn lùa ai trôi

cốt cách mềm mại thảnh thơi
là sông là nước muôn đời dòng xuôi
sông luôn kề cận bên người
rửa sạch không phải bôi đời bẩn thêm
5g 39| 23-10-2019

BÊN SÔNG TRÀ KHÚC

dừng quân cởi một chiếc giày
nhúng bàn chân với hai tay vội vàng
mặt nước thoáng nổi màng màng
chút mồ hôi được hòa tan mát người

chỉ chừng năm phút nghỉ ngơi
đồng đội bố trí ta ngồi vẩn vơ
nhìn dòng sông chảy rù rờ
đây đất Xuân Phổ rậm bờ cỏ hoang

hành quân, công việc rất nhàn
nếu không đụng trận hoàn toàn thảnh thơi
mục tiêu khoanh sẵn từng nơi
địch quân cụ thể khơi khơi nắm chừng

*

đi lùng giặc phá đầu xuân
ngồi bên Trà Khúc mông lung nhớ nhà
trước sông, không bỏ ba hoa
làm thơ đại khái thiết tha như vầy:

"mặt nước động đậy gió bay
làm nhăn thân thể dòng mây soi mình
bèo xanh khe khẻ rung rinh
run theo số phận lung linh nổi chìm

sông vô ngôn có nhịp tim
vòng tròn cá móng nước lim dim buồn
vô tư cánh mỏng chuồn chuồn
đậu bay trên ngọn cỏ luồn mặt sông" (1)

*

sông Trà Khúc chỗ mênh mông
nơi co thắc lại, hẹp dòng đẩy đưa
có một nơi tôi quá thừa
nỗi buồn cũ, niềm nhớ vừa nao nao

cái bờ xe gió thời nào
vẫn quay chầm chậm rì rào nước trôi
tôi đọc thấy lại tình tôi
những khúc không viết thành lời tình thi

*

Ngọc Điền tên đất nhu mì
thanh thanh như nét nữ nhi thơ Đường
về trấn cửa đông một phương
sư đoàn tôi gặp khuê nương hạ phàm

nơi đây còn màu khói lam
thổi cơm chiều bốc mơ màng mặt sông
với cầu cốt sắt bê tông
qua bằng xe, bằng cả chân, nhiều lần

chỉ nhìn ra nét phong trần
không thấy cái đẹp tự thân cây cầu
dù ngay buổi đến lần đầu
được Phan Nhự Thức tô màu thơm ngôn

cầu sông Trà Khúc có hồn
riêng tư một cõi mãi còn muôn năm
quá lâu chưa ghé về thăm
để đòi lại đoạn chân chôn thuở nào
6g 55 | 23-10-2019

(1) hai khổ thơ nằm trong ngoặc kép, một phần nội dung cũng như chữ dùng trong bài thơ 8 chữ có tên Bên Một Đoạn Sông Trà Khúc, in trong thi phẩm Ngao Du Cùng Vũ Khí.

GÁC CẦU SÔNG VỆ ĐÊM SƯƠNG

thị trấn trùng tên với cầu
nơi còn đông đúc người bầu bạn nhau
riêng tôi từ chợ tới cầu
đã liền mạch ngay từ đầu có duyên

Sông Vệ tự nó rất hiền
nhưng nổi danh dữ trong miền đất thơ
cầu đương nhiên có đôi bờ
bên ni bên nớ bên mô cũng tình

bên này tuyệt sắc nữ sinh
ba cô tôi đã đứng hình hai cô
riêng Hà Nguyên Thạch trải thơ
rước hồn bút đã nhập vào khá lâu

*

tôi về Sông Vệ giữ cầu
dưỡng quân theo lệnh lâu lâu một lần
tôi có lô cốt thật gần
mắt xanh một cặp nợ nần chi đây

ngày đêm thường trực mang giày
vớ thối lây đến chân hay đo đường
lời em dặn như mùi hương
tôi đem chia bớt bốn phương phiêu bồng

giữ cầu đêm đêm ngắm sông
nguồn đi từ cõi non bồng Ba Tơ
thượng nguồn Sông Liêng dạt dào
Nghĩa Hành, Mộ Đức tạt vào nơi đây

Tư Nghĩa vẫn còn dày cây
những người nhảy núi nơi này khá đông
vài đêm lãng mạn họ lồng
tên tôi vào tiếng loa rong gió trời

*

đêm giữa cầu một bóng tôi
cô đơn giảm hẳn, không vui, bớt buồn
sông, cầu Sông Vệ dễ thương
bây chừ vẫn thấy vấn vương nhớ về

một Vũ Hồ, những tóc thề
tuyết, sương một thuở u mê của mình
tháng ngày lững thững bộ binh
mặc kệ cái mạng theo tình cờ đưa

hai tay đang hứng giọt mưa
ngỡ nhúm nước bụm năm xưa từng nhìn
sông không đò không bóng chim
mà đâu đó lắm trái tim nghẹn ngào

riêng tôi đã có lắm thơ
thêm bài này nữa vẫn vơ vẩn tình
cái gì nghe nhớ như in
không phải tiếng súng tiếng tình ai chăng
7g 49| 23-10-2019

BIỂN

mỗi sáng sớm ta nằm ngắm biển
non non nửa giờ thành một thói quen
thời gian ngắn nhưng vừa đủ nhớ
một đoạn trong đời ngày nắng đêm trăng

thời kỳ ấy bắt đầu thích thích
những bé xinh tóc chạm mí vai
có đôi mắt đong đưa dại dại
hai nhánh môi nhí nhánh cười hoài

bọn bé ấy chừng như đồng tuổi
nhưng chắc khôn hơn ta ít nhiều
đã biết liếc nhiều khi biết háy
ta lửng lơ chưa hiểu tình yêu

*

ta thích chúng chưa bằng thích biển
nơi ngày nào ta cũng ngâm thân
vỗ mặt sóng bơi nằm bơi đứng
rửa con chim tinh khiết trắng ngần

giờ ta tắm trời hừng đông đỏ
giáp chân trời xa lắc xa lơ
để cặp mắt gần ngang mặt biển
gặp rõ ràng chân sóng nhấp nhô

trồi khỏi nước nhìn ra ngọn gió
cùng dòng mây đứng lặng mờ mờ
ta đoán chừng mây lim dim mộng
không chiêm bao mà đang ước mơ

*

nơi ta tắm chưa ai lảng vảng
một vùng trời vùng biển và ta
tiếng sóng vỗ như ru êm ái
hơi thở ta lẫn giữa bao la

ta thích biển chẳng vì bờ cát
nguyên cớ gì vẫn chưa nghĩ ra
ngờ ngợ đoán chắc vì tổng thể
biển trời mây và tâm thể ta

nhìn bao quát cả vùng vọc nước
trời có chân, mây cũng có chân
tìm không thấy nơi đâu chân biển
như ngó ta không gặp đáy lòng

*

mỗi sáng sớm ta nằm ngắm biển
ngoài thiên nhiên qua mặt truyền hình
lòng nhói nhói ngỡ mình xuất hiện
giữa u minh còn thoáng lung linh

vẫn chưa thấy nơi đâu chân biển
nhưng lòng ta hiển hiện mờ mờ
ở trong ấy chẳng gì đặc biệt
ngoài tình yêu đời, yêu em với thơ
09-10-2020

BIỂN HÀ QUẢNG

không khen bát ngát, mênh mông
đại dương tôi vẽ rõ lòng vòng thôi
không nhìn thấy đường chân trời
sóng to gió lớn mù khơi mịt mùng

trong âm u dễ hình dung
hồ nghi đủ thứ hãi hùng dửng dưng
giàu nhan sắc thường lạnh lùng
biển mềm mại đẹp vô cùng hiểm nguy

lần đầu gặp biển tôi qùy
nhang trên tay thả khói đi quanh người
tôi lạy vong linh chị tôi
vừa mới tuần trước sóng nhồi chết oan

nấm mồ cát, gió đi càng
dân địa phương góp lòng vàng chờ tin
chị về thăm nhà một mình
tự do - bị chiếm, lặng thinh hai vùng

*

tôi nhìn, biển rất lạ lùng
miên man giọng gọi như nhung nhớ gì
khi thúc hối lúc thầm thì
một điệp khúc chẳng có gì du dương

hẳn lòng tôi rất tầm thường
không lãng mạn hiểu, không lường đo ra
khối nước sẫm màu trổ hoa
trắng non trắng nõn khi va nhau và

đổ lên bờ một tiếng xòa
đều đều nối tiếp nhau qua muôn đời
mươi năm sau xương chị tôi
cái còn cái mất về nơi ông bà

*

biển Hà Quảng, nhớ không ra (1)
thuộc vùng nào xứ Quảng ta hỡi người ?
ai biết xin gắng nhắc tôi
hình dung không sót nét thời ấu thơ

(1) hiện tại có nhiều bãi biển đổi tên chỉ lưu chữ Hà chữ sau đã đổi

BIỂN THANH BÌNH

nhà thuê ở xóm Thuận Thành
năm bằng tiểu học tôi hoàn thành xong
nhà cách biển trăm thước non
đêm chung chăn với dập dồn sóng kêu

mỗi ngày mỗi tắm đều đều
sóng ngang ngực, dương liễu reo khen mình
đúng như tên gọi Thanh Bình
vắng tanh chẳng có ai rình xem ai

tôi chưa chững chạc con trai
khá chậm trổ mã thị oai mọi phần
nhưng tắm luôn chỉ ở trần
quần đùi có chút cách tân mặc hoài

nhiều khi không lội gần ai
cởi vội ra giặt lai rai mấy đường
nước mặn bỗng được thêm hương
tôi xả tại chỗ một nguồn nước trong

*

biển Thanh Bình tôi thuộc lòng
bãi xanh dương liễu thong dong ngó trời
nơi tôi rất khoái dạo chơi
thăm dê của lão Ấn nuôi chật chuồng

dồi dào kỷ niệm thân thương
kể không hết được vui buồn tháng năm
nhất là lúc thả thân nằm
viết thơ lên cát những dòng ngây ngô

cũng có cuộc tình tào lao
cũng chợt thành nụ ca dao mượt mà
những gì qua hãy cho qua
tại sao muốn vẽ cho ra ảnh hình

vần vè thơ, những cây đinh
đóng đâu treo rõ lòng mình thiên thu ?

PHẢNG PHẤT HƯƠNG NÚI SƠN CHÀ

tôi xưa thường ngó Sơn Chà
thưởng thức ? không phải, chỉ là thói quen
núi xanh như một vách ngăn
mộng ngao du vặt thường đằng vân xa

đôi khi thả lòng tà tà
đậu trên ngọn lá lụa là vướng mây
trầm ngâm hồn lửng lơ bay
theo con voọc có đôi tay như mình

lá rừng không ngớt rung rinh
gió nghịch hay gió vô tình chao nghiêng
tôi khều một trái hữu duyên
không xa tay vói, tự nhiên bàng hoàng

không chừng là món ăn sang
của chim của voọc họ hàng nhà sâu
thả trái bật lên quá đầu
thoáng nghe văng vẳng mấy câu tạ tình

lạnh xương sống run thân mình
rừng xanh núi thẳm hiển linh vô cùng
nhớ thời tiểu học đi chung
thầy cô du ngoạn xem vùng mã tây

bia chen trong lớp cỏ dày
dường như có tiếng đưa tay vẫy chào
"bonjour" giọng mũi hơi cao
"ça va" trầm xuống nao nao buồn buồn

mười tuổi đầu tôi đã thương
thân phận người khá bất thường đâm run...

*

Sơn Chà chưa lộ rõ đường
đi lên đi xuống cành vương chân giày
từ ngày radar đứng đây
tôi hết lên núi sờ mây vói trời

đàn voọc nhỏ chắc nhớ tôi
(một con khỉ nói tiếng người khá thông)
chân bên biển chân bên sông
Sơn Chà sống với lương dân hiền lành

riêng tôi một bữa đoạn đành
xa Sơn Chà vào chiến tranh thường tình
giày tôi đế không đóng đinh
chắc chi không rỗ mặt tình núi sông

đến đâu cũng giữ trong lòng
con voọc-chà-vá chưa trông rõ ràng
cuộc đời tập tễnh làm quan
bỗng rớt trên ngọn Núi Vàng Ba Tơ

hú hồn may còn mạch thơ
tôi lần mò lại bụi bờ cỏ hoa

PHÚ THƯỢNG BÀ NÀ NÚI CHÚA

trở về Ngũ Phụng Tề Phi
với bàn chân gỗ vẫn đi không ngừng
giấc mộng ngao du lận lưng
bỗng có cơ hội lên rừng núi xa

qua Phú Thượng đến Bà Nà
nhận ra Núi Chúa chưa già thiên nhiên
rừng nguyên sinh sống bình yên
cỏ cây muông thú cõi thiêng riêng trời

bỗng có tôi duỗi chân ngồi
ngó lên sườn núi, nản chơi hoang liền
người bạn đi cùng hồn nhiên:
- đường đi chưa tới vội thiền thế sao ?

*

tôi cầm lồng bẫy chào-mào
nhìn anh đội-mũ đang chờ được treo (1)
gió núi chợt đồng thanh reo
con chim mồi thả giọng theo nồng nàn

trái tim tôi đập rộn ràng
Tiên Phước thuở nọ hân hoan về cùng
ngó không tận cái mông lung
mà y như thấy gấm nhung quê nhà

rừng vàng bạc biển đây à ?
"anh năm-eo" vốn thật thà đúng ư ? (2)
Bà Nà Núi Chúa hình như
cho tôi cảm giác giã từ Việt Nam

*

trở lui Phú Thượng hoang mang
vừa cải táng mẹ bình an nơi này
mai mốt có thể xa bay
mong trời đất núi nương tay mẹ hiền (3)

xuống đồi mở thả con chim
nhịp đập thật lạ trong tim bất ngờ...
10-2019

1. chào mào, đội mũ: 2 tên cùng một loại chim
2. anh năm eo = tên lóng chỉ vùng liên khu 5
3. theo chính sách, tôi bốc mộ thân mẫu đem tro về nhà thờ, ngay say ngày nạp đơn xuất cảnh tôi lo cải táng hủ tro cốt, được người quen xin đất nghĩa trang công giáo trên đồi PT, Phú Thượng nằm trên đường đến Núi Chúa, nên tôi rất thường lên trong gần nửa năm trước khi ra đi

NÚI RỪNG TIÊN PHƯỚC TRÀ MY

được lên Tiên Phước bất ngờ
bay theo đầu đạn Pháp vào Việt Nam
từng nằm úp cầm cục than
tập viết tập vẽ mây lam trời hồng

đội ca lô làm nhi đồng
làm bạn cùng sóc, rắn-rồng thường xuyên
được nuôi chim lần đầu tiên
những con chim-sắc tên riêng áo-già

ngọn gai mây chích nhức da
lưỡi răng tím chát chà-là cùng sim
con rắn-mối mập nằm im
ghiền cơm nguội nằm lim dim thật hiền

bù-chao-lùm luôn nổi điên
cải nhau chí chóe liên miên cả ngày
cọp, chồn, nai... ở núi này
được nhìn như thoáng gió bay qua đường

ba năm không được nằm giường
trải thân lên mặt cái rương khổng lồ
nơi tín phiếu má giấu vào
nguồn tiêu chè quế đổi đồ lậu thôi

đá tảng là chỗ tôi ngồi
thả hồn mơ mộng sẽ chơi trò gì
theo chân chị lên Trà Mi
cây liền mặt đá phẳng lì nằm lăn

suối chảy không mấy thăng bằng
sông Tứ Hòa đá nằm chen nước nguồn
tôi thường tắm không cởi truồng
vì sợ cá rỉa cái dễ thương mình

rừng thiêng chắc núi rất linh
tôi mừng tôi thành ba mình với nhau
viết dài, dễ chi hết đâu
hồi ức lưu niệm như sâu róm bò...
10-2019

KỲ VỸ HẢI VÂN SƠN

bên em đề: "Hải Vân Quan"
bên tôi: "Thiên Hạ Đệ Nhất Kỳ Quan"
ngon lành
cửa đường, cổng núi non xanh
mở ra một cõi loanh quanh địa đàng (1)

"Thiên Hạ Đệ Nhất Hùng Quan" (2)
tôi ra về mãi các nàng đều lơ
đã tận lòng lót nhiều thơ
đường đèo Quảng Huế trơ trơ lạnh lùng

tôi gom mùi núi hương rừng
trọ trẹ cục mịch trộn chung đàng hoàng
vẫn chào thua em Hương giang
thôi thì bỏ trớt, về ngang đỉnh trời

dừng xe cửa ải trên đồi
nhìn từng ngọn lá lả lơi mây vờn
chợt hình dung những môi hôn
thiên nhiên gởi khách có lòng ngắm xem

mỗi chiếc lá mỗi trái tim
của rừng núi thật thiêng liêng nơi này
Hải Vân có mấy cánh tay
cánh nào cho phép tôi đây dựa vào ?

nhớ lần đầu tiên ra vào
đường lên xuống dốc chia giờ nhau đi
thời đó tôi còn thiếu nhi
nhìn am miếu nghĩ chi chi không à

bây chừ cao tuổi ở xa
chím hầm dưới núi đã già đến đâu ?
buồn tay sờ mấy cọng râu
tiếc không đón được cô dâu Nguyệt Biều

đóa hoa loa kèn mỹ miều
dịu dàng tinh khiết đáng yêu, bây giờ... ?
phải chi em dám chọn thơ
biết đâu sống mãi trên tờ hoa tiên
10-2019

1- trên đỉnh đèo Mây (Hải Vân) có xây một cửa ải khoảng năm 1402. Trên cửa ải, phía nhìn ra Huế có biển đề Hải Vân Quan | phía hướng vào Quảng Nam, biển đề Thiên Hạ Đệ Nhất Kỳ Quan, phía này quả thật hùng vĩ hiểm trở hơn.

2- THĐNKQ, phía miền Bắc cho rằng do vua Minh Mạng đề, Theo nguồn tin đáng thuyết phục hơn, câu này trong một bài thơ của vua Lê Thánh Tông, sau đêm ông nằm mộng dưới chân núi (phía bắc) rồi lên núi cúng mà viết ra, trong cuộc nhà vua thân chinh đánh quân Chiêm Thành.

NGỰ BÌNH TRÒN MÉO CHƯA LƯU GÓT

"đi đâu cũng nhớ quê mình
nhớ sông Hương gió mát, nhớ non Bình trăng treo" (1)
ngọn núi đẹp, tôi chưa leo
dù trong lòng rất muốn trèo lên chơi

đất vun hay ai nắn lồi
xanh nghít cây mọc thành đồi cỏ hoa
đỉnh phẳng, sườn chạy là là
như bàn tay úp mượt mà ngón thon

xưa mang quí danh Bằng Sơn
trông xa như bức bình phong hài hòa
vua mê phóng bút thành ra
Ngự Bình sống với thi ca muôn đời

xứ Hương Thủy có dòng trôi
trồi thêm ngọn đất thành đôi nhân tình
phương phi anh núi rung rinh
sông em yểu điệu lung linh nhịp nhàng

tôi hụt làm rể dễ dàng
bởi khù khờ thiếu lá gan lên đồi
ngắm núi chỉ nhìn khơi khơi
tay chân không động, nhịp lơi hững hờ

đến Huế phải biết làm thơ
viết văn soạn nhạc vẽ tơ tóc đời
tôi tuy gắng bắt chước chơi
tiếc không hợp nhãn những người thuyền quyên

nói theo nhà Phật: vô duyên
Ngự Bình nhờ vậy bình yên đứng ngoài
những đám lục bát lai rai
tôi treo bất tử dài dài khắp nơi

nhiều năm sống cõi đất người
chợt nhớ sông núi nơi tôi thành hình
viết là giải tỏa làm thinh
bằng những ca ngợi linh tinh vô cùng

sông Hương núi Ngự của chung
nên tôi chắc được hưởng cùng điểm linh
"đi đâu cũng nhớ quê mình...
quê mình hai tiếng hữu tình Huế riêng
10-2019
(1) ca dao Huế

NHỮNG NGỌN NÚI QUẢNG NGÃI THƯƠNG BƯỚC CHÂN HÀNH QUÂN

núi Tròn, núi Dẹp, núi Ngang
có còn giữ được hương bàn chân tôi ?
đã đi, đã nằm, đã ngồi
rơi tinh rơi máu một đời tôi riêng

có duyên liền với vô duyên
Phú Sơn, Lâm Lộc không liền Văn Bâng
cả ngày mang súng ngồi trông
tối cho quân đóng vuốt mông, nhớ tình

Rừng Ná, Phước Sơn... rùng mình
tưởng đi cái rẹt thình lình, nhưng chưa
Eo Gió, Minh Long... nắng mưa
ướt, khô chẳng có chịu chừa chỗ mô

về phố vẫn tìm núi cao
Thiên Ấn, Núi Bút ghé vào ngắm... sông
cụ Huỳnh Thúc Kháng đang trông
thành phố Quảng Ngãi buồn lồng trong thơ

lội Đức Phổ, nhảy Ba Tơ
quê em còn núi rừng nào chưa qua ?
Núi Vàng chôn bàn chân ngà
mím môi giữ lệ xót xa rời đồi

trực thăng bay thẳng lên trời
chẳng gặp tiên cảnh đành rơi về trần
mùi thuốc đạn chỉ vài năm
mà sao đọng nặng góc lòng ưu tư

đền ơn ta, vài em xù
cũng thôi, gió thoảng hương thu xuân hè
đời mãi đông lạnh, vắng hoe
nửa đời cam bước so le bóng đời
10-2019

ĐIỂM ĐỨNG Ở ĐÈO BÌNH ĐÊ

từng dừng giữa đèo Bình Đê
trong chuyến theo cánh quân về tảo thanh
rời GMC lội quanh
quốc lộ 1 luôn vắng tanh hay là

hiện diện màu-cứt-ngựa ta (1)
làm cho cây lá tàn hoa, xù mình
trái tim của lính bộ binh
còn ai không biết nòi tình bao dung

đánh giặc liền với hành quân
khờ chi dại dột quên rừng núi xanh
thơ ta xưa, viết rành rành
chim gọi nhau, lá trên cành ngâm thơ

và lơ mơ nghĩ hướng nào
người xưa đợi để ta chào tạ ơn
(thơ bảy chữ khó trích tròn
đành nêu đại khái cái hồn thơ thôi) (2)

đúng mươi-lăm năm qua rồi
đèo Bình Đê chẳng liền trời, vẫn cao
Thạch Tân núi mẹ hao hao
như thảm lá biếc xôn xao gió rừng

nay nghe đồn nhiều điểm dừng
thanh xuân tươi mát vô cùng tự do (3)
bỗng nhiên dòng máu giang hồ
trong ta tỉnh ngủ bất ngờ muốn thăm

Đức Phổ nối liền Hoài Nhơn
Quảng Ngãi Bình Định thơm hồn đất xưa
nếu dư sức khỏe, tiền thừa
ta sẽ về uống nước dừa, thăm em

đương nhiên tà tà đi thêm
Cù Mông (ba nhớ bảy quên thật rồi) (4)
Trường Sơn xương sống đất trời
núi rừng dựng thẳng lưng người chớ quên

*

(thấy dừa rục rịch nhớ em
may không có gáo nào lên bất ngờ)

(1) màu quân phục bộ binh VNCH, còn gọi màu ô-liu
(2) bài Dừng Dưới Chân Đèo Bình Đê in trong thi phẩm Rượu Hồng Đã Rót (1970)
(3) những ổ sung sướng phải trả tiền
(4) đèo Cù Mông nối Bình Định Phú Yên, núi cao, nhiều cua ngặt, không lưu lại kỷ niệm đáng nhớ nào
hai câu cuối để anh, dọc theo miền này nhiều dừa | "gáo dừa" một điển tích chỉ sự thua chạy.

ĐÊM ĐÈO CẢ

hết xăng, đóng thùng chạy than
xe cũ cà rịch cà tang leo đèo
văn minh miền bắc vào theo
bắt người đêm ngủ chèo queo giữa rừng

không sao, gió thổi thay mùng
muỗi bay tứ tán cuối cùng biệt tăm
đêm sâu ngồi nhiều hơn nằm
vầng trăng non đã chết thầm hồi mô

rất may trên núi nhiều sao
giúp cảm thấy được nao nao trong lòng
ngồi không nhưng chẳng thong dong
nghe manh nha hiện đôi dòng bi ca:

máu trong người mỗi chúng ta
có chung mầm bệnh tà tà đi chơi
ngao du, giang hồ cặp đôi
chữ viết giọng nói lôi thôi mở lòng

có những chuyến đi vòng vòng
có những cuộc dạo mênh mông dài ngày
đi bằng chân, bằng cả tay
bằng tâm bằng óc cùng mây gió trời

tôi xưa hạn chế rong chơi
đức Trần vốn nhẹ túi tôi nên đành
may mắn thường chỉ đi quanh
Quảng Trị, Nước Mặn, Long Thành, Bình Dương

hôm lên đèo Cả đường trường
bỗng thành đường cụt thay giường ngã lưng
đêm Đại Lãnh núi mịt mùng
chập chờn Chiêm nữ đòi từng đường ranh

vua Lê Thanh Tông dữ lành ?
nước nhà thêm cánh rừng xanh bạt ngàn
Phú Yên Khánh Hòa đôi đàng
xe thời giải phóng chạy-làng núi cao

Thạch Bi Sơn gió ngọt ngào
dỗ tôi ngó giấc chiêm bao đổi đời
đi tìm sống như đi chơi
đầu trống rỗng thức nhìn trời suốt đêm

ĐÈO LE THỜI TÔI NĂM TUỔI

lên năm tuổi qua Đèo Le
tôi trong đầu thúng bằng tre to đùng
gồ ghề đá đất xuôi lưng
lá cây rậm rạp xanh um quanh mình

năm tuổi tôi đã thương tình
mấy con cuốn chiếu cong mình đường qua
trên đầu văng vẳng chim ca
"bắt cô trói cột" xót xa than hoài

đầu thúng kia lọn tóc dài
chị tôi chắc cũng lắng tai nghe rừng
bác gánh chúng tôi lừng khừng
lúc đi khi chạy cầm chừng lai rai

*

bảy-mươi-bốn năm nhớ hoài
luống tình ấm áp đất đai vẫn còn
qua nhiều vùng thời trẻ con
bác gánh tôi chắc đã chôn nơi nào

nhớ Đèo Le, tiếng chào mào
chen trong tiếng khướu tỏa vào không gian
bây giờ rừng núi là vàng
Đèo Le còn giữ bạt ngàn cây xanh ?

những con cuốn chiếu hiền lành
có còn ăn vạ nắng hanh trên đường
nhớ thường đi đôi với thương
riêng tôi thương nhớ cõng buồn đi theo

quê hương đất nước còn nghèo
rừng vàng bạc biển năm eo khá rồi ? (1)
câu thơ vụng muốn dựa hơi
Đèo Le cho phép tôi ngồi với nghe !

(1) tên lóng chỉ Quảng Nam của liên khu 5.

BIỂN MỸ KHÊ

bãi biển cấm dễ gì vào tắm
nhờ mặc kaki mới được thăm
bốn ông úy ngồi chung một jeep
lái vù vù gã Vưu Nam Trân

ghé ra biển không hoa để ngắm
tháo giày sault cho mát bàn chân
trời giáp nước bằng đầu bạc sóng
gió ba hoa chen lấn lại gần

không thấy thuyền thấy ghe chi cả
Mỹ Khê buồn giống giống Tiên Sa (1)
và có lẽ chạy qua Non Nước (1)
cũng chỉ nắng trời trải sóng bao la

ngồi một chặp lại lên xe chạy
qua Mỹ Khê đếm được mấy lần
ta với biển vốn thân từ nhỏ
nhưng nơi đây quả thật khó gần

thật kỳ lạ lại hay muốn đến
ngó rồi về lòng dạ mới hơn
gió mằn mặn hình như nêm muối
thú lang thang thi vị có hồn

(1) vài ba tên trong những bãi biển ĐN

Góc Đất Tình
HỘI AN

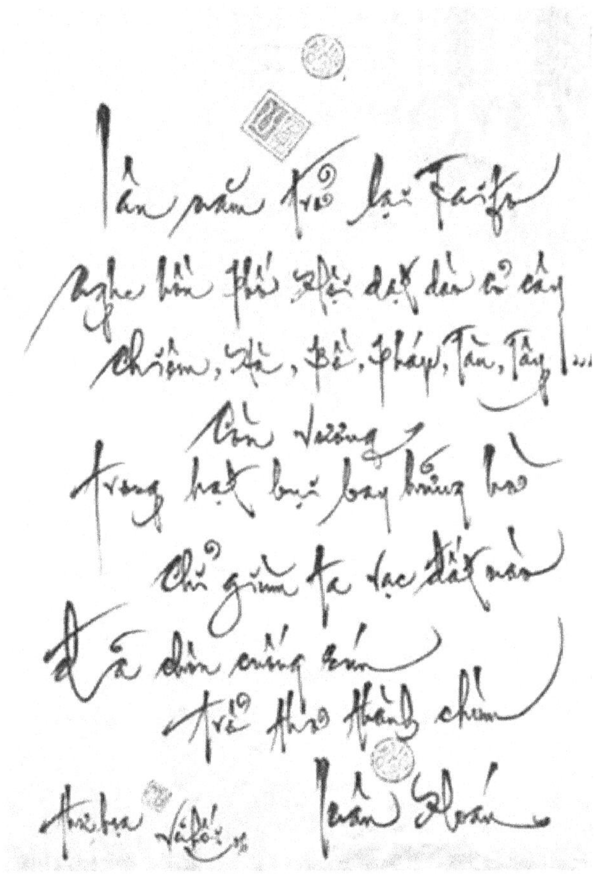

NGÔI NHÀ ĐẦU ĐỜI

nhớ rất lờ mờ về ngôi nhà cũ
thời tôi còn tả lót quấn nằm nôi
khi ba má chung tay lo lập nghiệp
đời mặn nồng ân ái lọt ra tôi

ngôi nhà ấy mọc ở nơi phố thị
Phố được dân đồng hóa thành danh xưng
rồi Faifo, Hội An lần được gọi
bụm bàn tay nắm nhiều nước lẫy lừng

*

nhà tôi ở nơi nào trên đất ấy
đứng chung cùng những mái ngói âm dương
lòng sâu hút trải sau đôi mắt cửa
mặt trời lên mặt trăng lặn ngậm buồn ?

không phải vậy, nhà tôi nơi Xóm Mới
khu bán buôn tân lập còn sơ khai
nền cùng mái sống nhờ trên cát biển
tứ xứ dân cùng nỗ lực chen vai

*

tôi đến cùng đời đầu năm bốn-mốt
năm năm sau còn vọc cát nơi này
nhà phần ở ăn, phần làm tiệm bán
sỉ lẻ má tôi quáng xuyến thơm tay

tôi nhớ rõ từng chơi cùng lính Nhật
đóng chung quanh gốc cây lớn vông đồng
mọc xế nhà tôi bên kia đường trước cửa
đựng nắng buổi chiều cùng gió thong dong

*

tôi biết mặt A B C hình như khá sớm
lớp vỡ lòng cạnh kho-bạc ba tôi
cái cặp táp đựng bút chì cuốn vở
đựng cả sandals, khi trái chứng dở người

tôi có lẽ sớm mê đi chân đất
khi gần tới nhà cát lún bàn chân
một cảm giác vui vui vô cùng lạ
toàn thân người hồ dễ lâng lâng

*

ngôi nhà ấy đành xa năm bốn-bảy
khi em Hân được ba tháng tuổi tròn
cũng từ đó chúng tôi xa vĩnh viễn
ngôi nhà xưa chỉ thoáng gặp trong hồn

và Hội An giờ rạng danh Phố cổ
lạ một điều hơi khang khác ngày xưa
ngoài Chùa Cầu nơi tôi được bán khoán
chẳng còn chi mọi thứ với tôi thừa.

THĂM LẠI NƠI RA ĐỜI

Chùa Cầu, tôi xem như nhà
về thăm vía cũ chừng xa lạ mình
lòng cầu ván chẳng ghập ghình
cửa chùa khóa cứng vắng im tiếng đời

chào hai linh vật còn ngồi
bát nhang thiếu khói mất hơi linh thần
chắp tay đầu cúi phân vân
róc rách tiếng nước thâm trầm buồn trôi

*

Vui chân dạo Phố xem chơi
người đông đường chật ngột hơi thở nồng
phất phơ những ngọn đèn lồng
soi mặt có thấy rõ lòng ai không ?

sợi mì vàng, con tôm hồng
nằm trong bát đợi, ta trông ngỡ ngàng
thấy không thứ tự lớp lang
vụn đời xưa nổi màng màng thẳng cong

im nhai từng cọng lòng thòng
hương cao lầu thuở phải lòng ai xưa
ngọn đũa nhựa hình như thua
chất tre thấm nước lèo đưa đẩy tình

vấp liên tiếp vài rùng mình
sè sẹ đứng dậy quay mình bước ra
Hội An tuy không bỏ ta
cuống rún trong đất trổ hoa tàn rồi

*

nhớ không ra dấu đặt nôi
ngó quanh trời đất, đành thôi rút dù
ngẩng đầu chào lá cỏ từ
âm dương ngói cũng chần chừ thở ra

bỏ sau lưng những nóc gia
những con mắt-cửa cũ tha thiết nhìn
làm chi hơn được làm thinh
trách ai hơn trách chính mình vô ơn

cô độc lẫn cùng cô đơn
về mong tìm vạt đất chôn... nhưng rồi
hiểu và đành chấp nhận thôi
mai này ngọn lửa xóa đời lãng du
8,15 AM- 23-01-2020

HỘI AN QUA ẢNH CHỤP TRÊN VN-EXPRESS

nhẩn nha giữa phố chèo ghe
an bình những chiếc lá tre phiêu bồng
đường phố nối liền mặt sông
nước đục thay dòng nước trong chan hòa

nhìn ghe quá bộ thăm nhà
nhận mặt quen
nhớ ngã qua
một thời:

phố này, nơi tôi ra đời
đến hơn bốn tuổi mới dời thân đi
rồi về thăm,
rồi lại đi
ngày ăn đêm ngủ đôi khi qua vù

ấu thơ
tôi đã đi tu
hình thức bán khoán rất ư chân tình
Chùa Cầu - vía tôi ẩn mình
còn nguyên chưa chuộc,
mất linh hẳn là ?

lần nào về cũng ghé qua
có lần bị đuổi bởi là Việt Nam
mà ngó như thể người Chàm
không ra chi vẻ võ quan một thời

nhưng mà may đó không thôi
bị bắt học tập như chơi,
khó gì
buồn tình tôi lê chân đi
thề thầm trong bụng chẳng khi mô về

thề trong tức giận, coi tề
linh như thánh nhập đề huề trong tâm
từ đó chưa có thêm lần
về lại, ngó nữa…

bần thần hôm nay

nước lụt vàng lềnh bủa vây
sàn chùa lùn xuống, phơi bày nét xưa
ăn tiền ở chỗ
                        trời mưa
thị dân chèo chống lá bùa giao thông

thơ ơi đừng méo mó lòng
người dưng vẫn ruột thịt không đấy mà
sinh trên đất đích thực là
làm nên danh tiếng nước nhà thơm tho

được hãnh diện làm học trò
Trần Qúy Cáp chỉ tròn vo một ngảy
Thầy Tăng Dục thương chuyển ngay
Trở về Đà Nẵng như mây về trời

niềm vui trên cả tuyệt vời
trôi theo năm tháng đời bơi lừng khừng
trong chằng chịt gân nhớ nhung
Hội An sợi nhớ vô cùng thân yêu

nghĩ thoáng qua lòng thiu thiu
nhìn Phố đầy nước thêm hiu hiu buồn

năm sau nếu chưa ngủ luôn
hy vọng thu xếp thăm nguồn Vu Gia
thăm bờ sông, nhà Ngân Hà
tìm xem thằng bạn làm ma có về

thăm Chùa Cầu
dẫu quê quê
với hai con vật ngồi tê đít rồi
chó không ra chó … ngạo đời
khỉ không giống khỉ… dựa hơi ai nào ?

thời tôi tu chưa có sao
đúng hơn sao ở mô mô nga tàu
9h23AM, 28-9-2022

HÙ BẠN MỌC RỄ

cảnh cáo mấy ông làng nhàng
ở đâu đến mọc rễ càng nơi đây
lại dám làm thơ tối ngày
vinh danh con đất thế này thế kia

mang cả chùa miếu mộ bia
Quan Công mặt đỏ râu ria ra hù
không tha dòng nước Sông Thu
rót vào dòng chảy êm ru ngôn từ

tán rát rạt quí tiểu thư
non lòng sững giữa tiếng gù trầm hương
Khổng Miếu, Phước Kiến... mở đường
đã bao nhiêu cuộc gạt lường tình hoa ?

tôi đây chính hiệu mọc ra
từ con đất Phố thiệt thà thơm tho
yêu quê tình rộng lòng cho
viết chi cũng phải ra trò đó nghe

đừng quên tôi rất ba nhe
sẽ ra đòn độc những phe vật vờ
treo đèn hoa để thay thơ
làm Hội An mất thanh cao nét tình…

HỘI AN TECHNICOLOR

Hội An chừ sáng rực đời
thành phố du lịch rạng ngời Việt Nam
danh xưng Phố Cổ đàng hoàng
lấn lướt Hà Nội, đất vàng Huế đô

phố cũ chợt mới bất ngờ
màu mè technicolor trang hoàng
chất Tàu diêm dúa nghênh ngang
ngó qua nhìn lại không sang chi nhiều

phố-đèn-đỏ ít có kiều
nổi chìm chi đó lim dim mơ hồ
ngó vui mắt, lòng nao nao
nỗi buồn khó diễn, ra sao mai này ?

*

cực thịnh hẳn sẽ có ngày
cựu suy trả lại mặt mày phố xưa
với hồn vía sậm nắng mưa
mà dày chân chất không thừa phấn son

mái cây mọc, tường rêu non
ngõ sâu tìm ngõ, lối mòn cổ nhân
bớt đi chút ít rần rần
điểm trang vừa đủ giữ hồn thời gian

Hội An là của Hội An
không quá xộc xệch dung nhan nước nào
tôi dân chính thức được chào
cuộc đời riêng cõi thanh cao nơi này

hãnh diện danh tiếng hôm nay
nhưng cảm thấy chút lắt lay rầu rầu
Chùa Cầu đã đứng quá lâu
cần tu bổ vững chiều sâu để đời

đương nhiên là phải vậy thôi
ở xứ nước lụt nổi trôi mỗi mùa
tôi làm dân cũng làm vua
riêng mình khi nghĩ về xưa về chừ

*
không thể thăm lại, hồ như
xin đây, lời cuối ly từ chốn xưa
im một phút lạy nắng mưa
độ trì quê quán luôn thừa bình an

ai trách ai chửi không màng
sinh Hội An, chết xứ vàng lá phong
vẫn Chùa Cầu ngự trong lòng
vía tôi chưa chuộc long đong lần mò

Hội An technicolor
lạ quen quen lạ, tạm cho mơ hồ
tình ươm vào chữ nảy thơ ?
không thơ cũng có dật dờ giữ hơi

đã ngán đời, vẫn yêu đời
tôi là luân hoán là tôi, tôi là…
một hạt bụi dính thi ca
phân Rồng 41, chưa qua Canh Thìn.
LH- 1h41PM, 14-9-2024

Góc Đất Tình
TIÊN PHƯỚC

TIÊN CHÂU TIÊN HỘI TIÊN PHƯỚC

xanh già che lấp xanh non
lá chen mặt ngó trời tròn đất vuông
lòng chưa hề biết chi buồn
ngó quanh lá với đá luồn vào nhau

mây đậy không kín nắng đầu
vù vù tiếng gió lâu lâu vây mình
bụi rậm sè sẹ rung rinh
lòi con chim lạ làm thinh ngó chừng

đang lội dưới chân bìa rừng
trên kia núi đứng dửng dưng chống trời
bốn mùa từng được ở nơi
họa mi khướu hót mù hơi đá dày

*

lòng tôi lót xuống xứ này
qua chân trần bước, bàn tay nắm vào
động thực vật cả hư vô
là nguồn khí thở sinh bao nhiêu tình

Tiên Châu, Tiên Phước u minh
qua luôn Tiên Hội đóng đinh đầu thời
biết bịn rịn một vài nơi
đi qua đi lại cái tôi lớn dần

đặc biệt nhớ một mùa xuân
ăn tết có cả thịt rừng lớn con
(một ông ba mươi còn non
ham con heo chết đành chôn bụng người)

*

gắng hồi niệm những chuyện vui
nụ cười không viếng mép môi lõi đời
vốn chỉ bầm một chút thôi
cái già đích thực đời người ở đâu ?

dường như vừa trả lời rồi.

NHỮNG CON ĐƯỜNG RỪNG Ở TIÊN CHÂU TIÊN HỘI TIÊN PHƯỚC

mỗi lần nhớ một con đường
xem như vọng tưởng cô nương mượt mà
chuyện thường của người thiệt thà
mê phong cảnh nhớ lá hoa trong đời

*

có con đường đối với tôi
gợi nhớ gần đủ một thời ấu thơ
cái hồi thường núp phi-cơ-
bà-già, ngủ gục giữa bờ bụi hoang

Tiên Châu Tiên Hội bạt ngàn
của một Tiên Phước ngổn ngang cây rừng
nhà thuê tọa lạc lưng chừng
mây hồng mây trắng lừng khừng ở chung

ngôi nhà đá tảng sau lưng
hai ngõ lên xuống đá ung dung nằm
tôi đi chai cả bàn chân
mặt đá cứng ngắc dửng dưng không nhìn

vẫn mường tượng như bản in
hang rắn thường có beo rình đầu đêm
ngày ngày tôi cõng thằng em
theo mấy con sóc thường quên giữ nhà

sớm sinh ra tật mê hoa
cái bông dủ dẻ đã là bạn thân
nhắc hoài lòng chẳng sượng trân
chỉ tội chữ nghĩa càng bầm dập thêm

*

đáng con, xin phép chào em
để cho thơ có vẻ mềm mại nghe
hai chân biết bước lè phè
đoạn đời mới đủ màu mè đáng yêu

em đang đứng giữa nắng chiều
hay là nắng sáng ? mỹ miền như nhau
không cần ngó trước nhìn sau
khen cảnh sắc đẹp, khởi đầu từ em

con đường cây đá dẫn lên
không gian đáng được gọi tên quê nhà
trong vô cùng tận ba hoa
tôi còn sót chút thật thà: nhớ thương

nhờ em gắng giữ mùi hương
không cần phân biệt địa phương rõ ràng
tự nhiên tôi biết Việt Nam
là nơi hồn đậu khi tàn xác thân

NGÕ ĐÁ THIÊN NHIÊN

con đường đá nằm nhìn tôi
như tôi nhìn đá trong thời ấu thơ
cái hồi thường núp phi cơ
đôi khi ngủ gục giữa bờ bụi hoang

Tiên Châu Tiên Hội bạt ngàn
của một Tiên Phước ngổn ngang cây rừng
nhà dựng trên đồi lưng chừng
mây hồng mây trắng lừng khừng ở chung

những chồng đá tảng sau lưng
hai ngõ lên xuống đá ung dung nằm
gót hồng chai tới ngón chân
đá có ái ngại bâng khuâng chút nào ?

rì rào gió lá xôn xao
lòng không gian rộng nao nao nhịp buồn
đá không thương mà tôi thương
đá nằm một chỗ đời buồn xiết bao

*

con beo con khỉ dẫm vào
móng vuốt bén nhọn lẽ nào không đau
đá phơi mình đá phơi đầu
tôi nghịch xả nước vòng cầu thay mưa

vết thâm một vũng chảy dài
chợt nghe tiếng thở của ai giật mình
con chim ngưng hót im rình
nhìn lên ngó xuống tôi nhìn lại tôi

con chim nhỏ xụ mặt rồi
ngó loanh quanh khắp ngọn đồi đá hoang
chợt thấm nước miếng vẽ càn
cái chữ thập, màu đá lam như mềm...

*

con đường đá dựng chênh vênh
không gian đáng được gọi tên quê nhà
trong vô cùng tận ba hoa
tôi còn sót chút thật thà nhớ thương

đất trời luôn giữ mùi hương
không cần phân biệt địa phương rõ ràng
tự nhiên tôi biết Việt Nam
để hồn về đậu khi tàn xác thân
6.19 AM- 19.9.2016

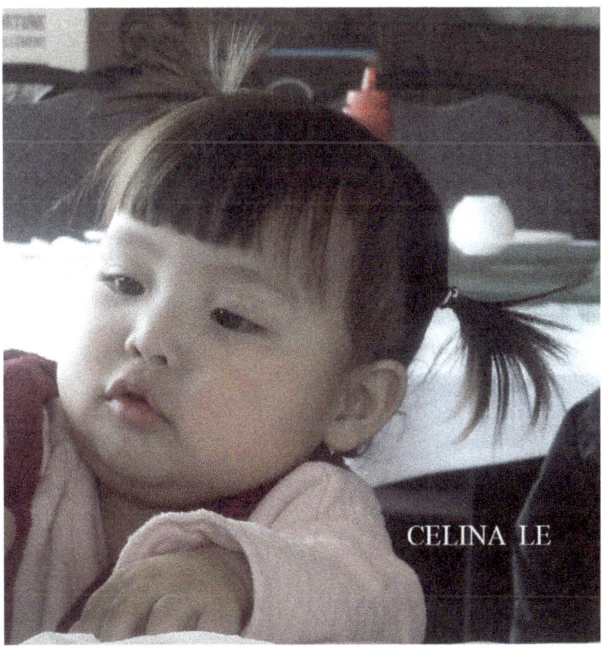

CÙNG HÂN THỜI Ở TIÊN CHÂU

mua lại cơ ngơi của chị Bé
nhà cùng vườn đủ gọi mênh mông
quả đồi cao sát đường đi lớn
cạnh một xưởng chè đã bỏ không

ngõ chính dẫn về nhà rất rộng
đá chồng đá lót của thiên nhiên
lối đi sử dụng khi trời sáng
chạng vạng sẫm chiều không dám lên

dân địa phương đồn có beo ngự
rắn gáy te te nổi da gà
hư thật quả tình chưa mục kích
nửa chiều đã chùn bước cả nhà

ba vội mở ra đường đi mới
dốc đất xuôi hơn nhưng an toàn
xuống lên lên xuống mòn ngã bước
chặt cây giẫy cỏ rộng thênh thang

đồi là vườn giàu thơm nhiều mít
quế cùng tiêu chung vạt chè xanh
hai anh em leo trèo chạy nhảy
theo con chim con sóc chuyền cành

nhà tranh cũ phá ra dựng lại
nền đất nâu nện cứng thẳng băng
sân trước rộng má thường trồng cải
giấp cá rau dền lúc nhúc chung chen

phía sau nhà cao-nghềnh đá tảng
khi sắp bị đòn anh trốn em che
roi tay má nhẹ hơn tiếng khóc
ba cau mày, cùng lắm ngăm-nghe

má mua cho em con gà mái
gọi là "gà tự túc tăng gia"
đêm nó bay lên cành cây ngủ
nó sợ chồn hay cũng sợ ma

để bảo đảm ba làm chuồng nhốt
sau cả tuần nó tập ngủ quen
em tối tối đến chuồng đóng cửa
trước khi anh mồi lửa thắp đèn

gà đẻ trứng lứa đầu không ấp
má mua thêm con gà trống to
có tiếng gáy chúng ta càng thích
đám gà rừng đáp lại ó o

đời đang vui bất ngờ cha dẫn
anh ra đi không biết đi đâu
em đòi theo lăn ra đất khóc
má dỗ dành không biết bao lâu

chuyến đi ấy anh về quê nội
xa má, em có đến mấy năm
thời gian ấy em làm chi nhỉ
ở quê xa anh nhớ thắt lòng

nhớ luôn cả những con rắn-mối
anh em mình cho chúng ăn cơm
con rắn-rồng vào nhà tìm chuột
se sắt buồn khi trời mưa dông

chuyện dài lắm lẽ nào kể mãi
và dĩ nhiên rồi em cũng về
trước đình chiến hình như mấy tháng
em bấy giờ mới học a, b

ra phố Hàn, em vào lớp 1
kém hơn anh 6 tuổi tròn vo
chẳng mấy chốc em đi du học
anh vào bộ binh, "lính bắn bò"

và về sau anh bắn bò thật
tướng Toàn tha, trời phạt sống dai
đời vẫn vui anh em cùng bước
đường văn thơ có hoa lẫn gai

57 năm em rời đất nước
39 năm anh bỏ quê nhà
nhiều chữ viết quên sai chính tả
vẫn ấm lòng quê mẹ quê cha

LH-8h08PM, 13-9-2024

Lê Hân & Luân Hoán, San Jose 2009

Góc Đất Tình
LIÊM LẠC HÒA ĐA

LIÊM LẠC HÒA ĐA

Hòa Đa chừ đổi Hòa Xuân
Liêm Lạc vẫn giữ vững vùng bình an
qua hai chiến cuộc hung tàn
quê nội tôi đã hiên ngang tròn đầy

làng thơm ngát mùi lá cây
tre găng cau mít… đó đây nồng nàn
miếu đền còn giữ bát nhang
tuy hơi vắng khói lan tràn không gian

bãi tha ma chung của làng
gò mã giữa ruộng dung nhan tiền hiền
hai sông rào chắn làng riêng
thưa dân đời sống bình yên yêu đời

giang sơn gốc nội riêng tôi
không giàu chi mấy đủ cười chia nhau
nhà ngói vườn trước vườn sau
sân gạch cây mít cây cau bao đời

…

nhưng bây giờ chấm dứt rồi
phá nhà bốc mộ di dời tứ tung
tết nằm đầu mỗi mùa xuân
nhớ về xa lắc rưng rưng khóc thầm

khóc kiểu khóc chìm trong tâm
dễ gì thấy được vết bầm nhớ thương
ngày nào tôi cũng thắp hương
nhưng khó lấp được nỗi buồn vu vơ

vu vơ thật sự vu vơ
không phải chỉ nói trong thơ tầm phào
một đời ăn bám ca dao
gần tết xin được nao nao theo vần

tình bay bỏ chân cùng thân
co ro giữa cõi rất gần tha ma
tôi già đã thật quá già
lông râu lởm chởm theo đà bạc luôn

bài thơ trơ một chữ buồn
10g45, 09-01-2022

Nhà thờ chỉ còn trong ảnh chụp
Lê ngọc hòa bình.

NHỚ CHIM LÀNG THỜI ẤU THƠ

sáng nằm nghe se sẻ
thì thầm véranda
nửa buổi nghe sáo sảnh
hoạnh họe nhau sau nhà

chích chòe trưa điệu nghệ
uyển chuyển điệu trở canh
đội mũ giàu cảm hứng
mỗi lần đổi cây xanh

tuyệt vời những chiền chiện
treo mình như nhện sa
giữa đồng xanh lảnh lót
tuyệt vời giọng sơn ca

xế chiều vàng đồng vắng
tiếng quốc vọng cầm chừng
con qụa đen bất tử
lên giọng không nhịp rung

trắng ruộng cò lững thững
tiếng đập cánh ngại ngùng
con cu đất đỉnh đạt
gù thúc thật ung dung

hồ cau nhà tôi rộng
chột dột chừng cả trăm
bay nhiều hơn kêu hót
kết ổ treo lòng thòng

còn nhiều loại chim khác
dễ thương như vành khuyên
vàng anh thật sặc sỡ
chèo bẻo cành măng nghiêng

một thời tôi chưa lớn
mà biết mê rất nhiều
chim là bạn quí nhất
trong lòng tôi thương yêu

chừ đã xa tất cả
nghe đồn chim bỏ đi
tôi nhớ từng chiếc lá
nhiều loại cây thầm thì

chim ơi cành nào đậu
hơn là đất quê tình
trót dại hồi hương nhé
hãy nhớ nơi miếu đình.

TÌNH VUI CON MẮT SANG SÔNG

"rách áo" sơ sơ chẳng đáng chi (1)
được vài ngày phép tuyệt cách gì
làng tôi lụt mãi cầu trôi miết
xuống nhờ đò em đưa bước đi

ngồi gọn trong lòng chiếc lá tre
chòng chành dầm đẩy chậm thân ghe
để cho bớt sợ tôi nhìn mặt
ngộ được ra người xứ Bến Tre

ồ chẳng phải đâu, em làng tôi
Hòa Vang Liêm Lạc như tôi thôi
sao mà khéo quá, xinh chi lạ
mới cách làng đâu một năm trời

*

lớ ngớ giữa thân ngồi chỉnh tề
không thì mất mặc k.b.c (2)
hành quân không khác giang hồ vặt
thấy gái xinh nào mà quên mê

bởi thế tình tôi rớt cạnh đò
em chèo, tôi nhìn nước lo lo
giữa đông lạnh quá run theo gió
là lính nên chi giỏi giả đò

em lặng theo dòng chẳng nói chi
tôi chờ em hỏi - chú tên gì
hình như em biết tôi công tử
nhà Cửu Thuật, to nhất làng ni

*

sông chẳng rộng nhiều để ngồi lâu
khách qua chỉ một mình tôi rầu
quả nhiên rầu thiệt rầu chi lạ
muốn làm quen em khó bắt đầu

đừng tưởng bụi đời lính tráng quen
bạo mồm bạo miệng tán lăn nhăn
tôi như con gái nhà lành ấy
bẻn lẻn hiền lành như ánh trăng

hẳn trước gái hiền tôi hổ ngươi
cùng làng cũng ngán bà con cười
không nôn, ít bữa sau dò hỏi
em cùng làng đã lợi thế rồi.

*

vậy đó mà rồi chẳng xảy ra
chuyện gì đáng để nhớ qua loa
tình vui con mắt mau hồi tỉnh
chẳng dễ làm thương tích quê nhà

1,bị thương tiếng lóng trong quân đội VNCH
2, k.b.c- khu bưu chính

NHÀ XƯA NƠI RƠM RẠ

bước vào gặp ngay hồ cau
ngang dọc thẳng tắp ngự sau tre già

hai bên hai cổng vào ra
mặt ngõ lát gạch nâu pha nắng hồng
qua non trăm bước, lên tầng
mời vào chính giữa cửa sân bước cùng

tường xây gạch bọc một vùng
bông trang trắng đỏ chào mừng đến đi
tiến thêm, tam cấp uy nghi
bốn khung ba cửa đợi tùy gót nhung

cửa giữa thường đóng bịt bùng
cửa bên trái cũng lạnh lùng đóng luôn
xuân tết giỗ chạp khói hương
hai cửa này mở rộng đường gió vô

cửa bên hướng phải sáng nào
tôi cũng mở rước nắng vào tự nhiên
tiếng chim hót cánh chim chuyền
tôi như thấu triệt thường xuyên mỗi ngày

*

bậc thềm Bảo bước hôm nay
chỗ ta chiều xuống ngồi đây nhớ nhà
(nhà ở Tiên Phước xa xa
bà nội con vẫn chưa ra khỏi rừng)

bình phong Bình ngồi thòng chân
đương nhiên ta cũng luôn từng ngồi qua
và đâu khỏi được nhớ nhà
nhớ bà mẹ quí, em xa vời vời

ngoài nhớ, ta thơ thẩn chơi
(thơ thẩn nghĩa chính không lời đẩy đưa)
nắng phơi thóc, dầm thân mưa
đó là sân gạch bốn mùa vẩn vơ

nhắc những chi, tả làm sao
cho ra hình dạng ấu thơ một thời ?
tuổi trời ta chín quá rồi
bây giờ chỉ biết bồi hồi làm vui

*

ngôi nhà bị triệt tiêu rồi
mông lung nền móng đất trời trộn chung
may anh, em đã chụp chung
tấm hình lưu nỗi nhớ nhung vô bờ

câu thơ nào nhốt hết vào
tình ta thương nhớ dật dờ bóng hoa
ngôi nhà tha thiết nhớ nhà
hình như giỡn vậy nhưng mà thật tâm

sống, còn trăm chỗ ngồi nằm
chết, thiêu tro được chỗ chôn để về ?

LH- 14h59, 02-7-2024

ảnh trên: hai em trai và anh Lê Ngọc Hiển
ảnh dưới" Bình và Bảo nhà ông nội, nơi thiếu nhi tôi

VẼ LÊN TƯỜNG MIẾU ĐÌNH

một thời lóc chóc ranh con
vui bàn chân sáo lon ton xóm làng
thân luồn lách gió nhẹ nhàng
ghé miếu đình bỏ trống hoang cỏ đầy

cục than thủ sẵn trên tay
vẽ lên tường ố, hình gầy dáng hoa
có mắt tròn tóc đuôi gà
vẽ luôn mấy chỗ tưởng ra bất thần

quằn quèo không được cân phân
bởi chỉ thoáng thấy khi gần, tắm mưa
dụng trí tưởng tượng vẽ bừa
than đen đậm lợt lá bùa con con

gật gù ngó cũng ra hồn
định phụ đề, trí mãi còn lơ mơ
may chưa biết trò đề thơ
nếu không thành đại thi hào đã lâu
6g30, 28-11-2021

HỒ CAU CHIM SỐNG TRƯỚC NHÀ

từng hàng thân thẳng ung dung
tàu xòe tròn bốn bên bung lọng dù
lá cong cong nhánh đặc thù
đường gân nổi, phiến mỏng ru gió lùa

đàn chim giồng-giộc làm vua
chúng về treo võng đong đưa cuộc tình
từ đôi từng cặp xinh xinh
bắt đầu lót ổ tượng hình sinh linh

*

bầu trời chắt lọc bình minh
gió hát trong lá tre nghinh rước ngày
đồng xanh bát ngát lúa lay
hồn vía vườn run hít đầy hương cau

ngói nhà đỏ càng đậm màu
rêu trời từng mảng chụm nhau hóa già
ba năm mưa nắng hài hòa
nhổ giò tôi lớn ngỡ già dần đi

*

trèo cau thích thú cách chi
trầy trợt rướm máu, lì đi dần dần
cũng là bài học luyện thân
bây chừ nghĩ biết đã gần hết hơi

nhớ linh tinh chuyện trong đời
mong gom chất đống ngã ngồi lên trên
cũng là một cách để quên
giúp bớt vớ vẩn nhìn lên chân trời

*

hồ cau trước nhà một thời
ngay hàng thẳng lối như người nhà binh
viết chưa nổi câu chí tình
nên thương nhớ mãi riêng mình tâm mang

Góc Đất Tình
ĐÀ NẴNG

BÀI THƠ NÀY VẪN MỘT TRÁI TIM

quí tặng thị dân Đà Nẵng,

theo dõi kỹ tin về Đà Nẵng
buồn có buồn đành thúc thủ làm thinh
bởi viết chi cũng những linh tinh
chắc tệ hơn những gì đã viết

đủ mắc cỡ để không nhắc miết
chuyện nhớ thương quán cóc, con đường
những thất tình thật giả cải lương
một thời ta như phường múa rối

chán viết kiểu đọc nghe tội tội
đốn lòng người qua chữ hụt hơi
tình dẫu buồn đâu dễ mở phơi
chân thật quá người ngờ dối trá

tôi chìm nổi vẫn chưa sáng dạ
lòng ra sao khai báo hết trơn
nhất là tình đối với nước non
với người sống dẫu quen hay lạ

*

Đà Nẵng với tôi, thật khó tả
xin hiểu ngầm đi, từng là thị dân
ba-mươi-bốn năm không hẳn gần (1951-1985)
ba-mươi-lăm năm có là xa cách ? (1985-2020)

nhớ nhà cũ đến từng viên gạch
thương nhà chừ đến mỗi bậc thang
chẳng vì còn nguyên màu da vàng
chẳng tại nghe hoài vài ngôn ngữ

tôi có lắm lý do, đủ thứ
để thương nơi này để nhớ nơi kia
không cần gì phải chắp râu ria
vào tình cảm vốn bất di bất dịch

thơ viết nhiều đôi khi lố bịch
nhưng khó sao, tôi phải hành nghề
một cái nghề đang bị đời chê
nhưng tôi giữ, vì làm thơ quá thú

*

mê khuôn mặt nhưng thèm cặp vú
cũng như ai tình thiệt vậy thôi
tôi làm thơ không chỉ để chơi
để đổi bớt khí trời ngột ngạt...

*

nhắc Đà Nẵng tự nhiên muốn hát
tiếc làm sao nhớ mãi không ra
Đà Nẵng mình được mấy bài ca ?
âm tên nặng, nặn không ra nhạc ?

phố đã lớn, hết chưa nhếch nhác ?
người đã đông giàu chủng tộc rồi
có vi trùng dịch bệnh, thường thôi
hãy gắng nhé trưởng thành thêm nữa !

còn lãnh thổ, tôi còn có cửa
một ngày về (có thể vô tri)
chừ dọn đường thêm bài thơ ni
cũng có lý, đừng nghi ba phải

*

chúc Đà Nẵng mau giàu vững chải
ngay lúc này, tin tưởng vượt qua
mưu toan Tàu khó hại nước nhà
trước ý thức dân giàu cách mạng

hỡi thanh xuân, những trang hảo hán
các em đang thừa tình yêu người
trong mỗi em tôi thấy có tôi
chúng ta có nhau trong Tổ quốc

xa quá xa trong tôi chưa mất
những ảnh hình Ngũ Phụng Tề Phi
chẳng gọi tên dù chỉ thầm thì
quê tình vẫn hâm máu tôi luôn ấm

văng vẳng tiếng hư vô lồng lộng
"người tôi yêu ở khắp tứ tung" (1)
hôn lời ca sáng nỗi vui mừng
tôi chưa tới tình đã về cố xứ

*

bớt một chữ hay thêm vài chữ
bài thơ này vẫn một trái tim
chân tình nồng gởi đến các em
nam lẫn nữ đang trong Đà Nẵng

giao tận giùm những người thầm lặng
cha ông ta ngóng đợi tin vui
chẳng chỉ dịch qua mà cả đời người
sẽ sống tiếp tháng năm đổi mới...

13g25| 11-8-2020
một câu hát trong "Bài Đà Nẵng Dấu Yêu" thơ Luân Hoán, Nhật Ngân phổ nhạc.

SÓT TRONG TRÍ NHỚ

ba mươi bốn năm làm thị dân Đà Nẵng (1)
từ cu cườm chưa chớm lông măng
từ Tourane và Hàn văng vẳng
thời danh xưng lưỡi miệng chưa quen

thị xã nhỏ, chẳng bao nhiêu con phố
tây cùng đầm phơi nắng phơi trăng
ta xà-lỏn mốt may hai sọc đỏ
đầu bê-rê chân đất tìm "nắp keng"

phải thú thật đôi mắt hư khá sớm
bởi những gì cũng rất nhân văn
chuyện quá lớn trước mắt người chưa tới tuổi
đã cho ta nhiều ít biết băn khoăn...

*

mê Đà Nẵng từ sân trường Hoàng Diệu
qua Phan Châu Trinh đã có người tinh
yêu hồi đó chỉ nắm tay chút đỉnh
cơ bản chưa thông cái gốc của tình

thành phố đẹp lên từ dăm quán sách
rạp Hòa Bình, Vĩnh Lạc góp thêm hoa
ta đón chốt nơi Liễu Thăng bỏ mạng (2)
đá chân trần đâu thiếu lúc trầy da

rồi đi bụi đánh đấm đâu đâu đó
thường xuyên về bát phố lượm hương em
mọi ngõ ngách kiều nằm ngâm vọng cổ
ta cũng rành chút chút, dễ chi quên

*

chợt muốn bỏ cấp kỳ mà không được
dành đúng mười năm viết lý lịch, tập nghe
lừa ngơ ngáo những con nai được cuộc
bỗng được chia xa một cách khỏe re

*

ngày đẩy tháng háo hức nghe Đà Nẵng
thành phố lên chân "được" trực thuộc trung ương
cái chi ngon mà không về Hà Nội
không cách sông xa núi, sát nhập luôn

mười tám năm xa, ta về quả thật
phố chợ dựng xây có vẽ ngon lành
đoạn sông ngắn lắm cây cầu đại vĩ
nhà cao tầng mươi cái gió vờn quanh

một thành phố không ăn xin ăn trộm
chuyển nhanh qua ăn hối lộ như rươi
bọn xếnh xáng không còn mua gái nữa
mua đất xây nhà lập căn cứ "trồng người"

Đà Nẵng phương phi "anh hùng diệt đĩ"
định dựng lồng đèn lại gặp Cô Vi
trời đất biết chắc quan to cũng biết
một trò chơi sinh tử đang dậy thì

*

ta ở xa, không ngạc nhiên chi mấy
chỉ thương thương buồn buồn vậy thôi
hai bệnh viện trong ba ta quen quá
từng một thời thân thiết luôn ghé chơi

tên có đổi ngoại hình không mấy đổi
nhìn qua loa tức khắc nhớ ra liền
vờ hỏi bạn, gặp ngay người trịch thượng
thật hú hồn, may chưa dám huyên thuyên

đáng cái tội tự bứng đi gốc gác
còn manh tâm hồi xứ trong tàn tro ?
yếu kim tiền dĩ nhiên không có cửa
chẳng dễ rụng về hồn gốc, ai cho

*

sáng rảnh rỗi kể chơi không mục đích
chữ đã xưa hình ảnh cũng xưa rồi
đọc thấy tệ, giữ riêng mình thêm nản
quen thói thả bay theo ngọn gió trời
5g24 – 30-7-2020

1- 1985 - 1951
2- xế xế cổng chính sân vận động Chi Lăng ĐN đường Đông Kinh Nghĩa Thục (hiện nay nhà này vẫn còn em trai cư ngụ

MÌ QUẢNG TỪ TAY EM

người mất gốc làm đồ ăn gốc mất
quê hương đoạn lìa gắng giữ chú hương
LH

ngày bốn tô mì Quảng
ăn từ một giờ trưa
đến khuya, một giờ rưỡi
định nằm nhưng vẫn chưa
ngày như còn thiếu thiếu
chút gì đó xa xưa...

mì Quảng bà xã Lý
ăn nhức lưỡi nhức răng
ngỡ như nuốt ánh trăng
vàng ửng lá tre biếc
ăn hoài không thấy quen
mỗi bận mỗi lần tuyệt

tôi thích con tôm đầy
thịt vun trong vỏ cứng
mọng nước thơm ngây ngây
nhai từ từ thật sướng
rau giá đậu phụng rang
dòn tan mùi bánh tráng

tô mì Quảng mất gốc
không chính hiệu bỗng là
món ăn tôi khoái khẩu
hơn hẳn thời quê nhà
nhờ nhai luôn nghĩ tới
quê hương trong miệng ta

không dám nịnh vợ quá
nhưng em nấu mì ngon
ăn như đang hưởng lộc
ăn như đang được hôn
mì Quảng ơi mì Quàng
nhạt quốc túy còn hồn...
03-6-2020 2giờ kém 5 phút khuya,

NHỚ MỘT KỶ NIỆM VỚI CẦU DE LATTRE

cầu De Lattre de Tassigny
đất Hàn, tôi đến tên ni còn dùng
vài năm sau đó (độ chừng)
thành Trịnh Minh Thế, anh hùng Tây Ninh
người Cao-Đài-giáo chân tình
yêu nước tử trận quang vinh một thời
tên ông được dựng nhiều nơi
thay luôn tướng Pháp ngồi chơi sông Hàn

*

sớm là dân thích lang thang
tôi dông xe đạp về sang hoài hoài
đến thời xe có gắn còi
Honda lả lướt tìm tòi mỹ nhân

trong kho kỷ niệm có một lần
chiều mưa rả rích buồn dâng tứ bề
qua quận ba chơi khi về
lên cầu tôi giữ rề rề vòng lăn

bỗng nhiên trước màn mưa giăng
một dáng thiếu nữ tay ngăn hững hờ
dẫu đa tình, tôi làm lơ
chạy luôn, nhưng chợt ngây ngô quay nhìn

người đẹp mất bóng lẫn hình
đường mưa từng sợi lung linh phủ buồn
hoảng hồn nhớ chuyện hoang đường
có cô ma nữ vẫn thường đội mưa…

chuyện mới rợi chưa mấy xưa
lạnh mình tự động phóng bừa xe đi
dĩ nhiên chẳng có hề gì
tôi qua cầu vẹn tứ chi an toàn

*

ngó qua chân cầu Nguyễn Hoàng
(nằm gần bên trái) hoang mang vô cùng
kỷ niệm đẹp khá hãi hùng
cây cầu "Đờ Lách" nói chung tuyệt vời

kém Tràng Tiên một chút thôi
bởi thiếu bóng áo dài trôi nổi tình

cầu chừ cũng đã mới tên
mai về mốt lại viết thêm không chừng...

CỒN HOANG TIỀN THÂN CHỢ CỒN

cùng em thả mùi trên cồn
ẩn sau bụi thấp cây còn không tên
tôi nhìn xuống em ngó lên
trời chan nắng gió ấm trên mặt mày

trong phút giây tịnh tâm này
tôi thường thưởng thức mây bay lừng khừng
nhiều khi cũng chợt ngập ngừng
ngó xa mà mắt đóng khung em gần

*

cồn cao này, cõi giữ phân
hữu cơ của đám thị dân quanh vùng
không phải chỗ ngồi ung dung
quàng xiên nghĩ bậy tứ tung dư thừa

dù gặp sáng nắng chiều mưa
tùy nghi cái bụng, tôi chưa ngày nào
quên lên cồn nhìn trời cao
để nghe cơ thể xôn xao nhẹ dần

*

tám mươi năm đủ phong trần
đó đây đi miết bần thần hân hoan
không ngớt nhớ thời bình an
cồn rồi chợ, khoảnh đất vàng xa xưa

*

nhớ nhà là nhớ nắng mưa
có hơi kỳ quái, xin thưa vốn là
nhớ linh tinh là nhờ nhà
kiểu tôi thao thức thiết tha cả đời

khi buồn dở ngón nhớ chơi
như hôm nay nhớ chỗ ngồi cồn hoang
xin lỗi văn võ phố làng
mùi hương quê quán tôi mang thơm hoài
6g21, 29-11-2021

XUỐNG PHI TRƯỜNG ĐÀ NẴNG

rồi cuối cùng chuyến bay dài chấm dứt
phi cơ đến rồi Đà Nẵng Việt Nam
muốn cởi vớ xách giày cho chân bước
trực tiếp vui dán sát mặt đất vàng

thật khó được dở hơi đôi ba phút
trước mắt nhìn của thiên hạ bao dung
ai hiểu được nỗi vui mừng đột xuất
chực xô mình muốn ngã giữa rưng rưng

tay vịn người tì nấc thang xuống chật
nhìn chung quanh vai áo tóc đầu đen
không kịp ngó rõ mặt ai trước mặt
kính mát tháo trông những cánh tay chen

cảnh lạ quá khác xa lần về trước
nhưng lạ kỳ lòng dạ thấy quen ngay
những giọng nói giống y mình gọi lớn
như toàn bà con hiện diện nơi này

cái xe đẩy nhẹ tênh chồng hành lý
bánh trơn hơn xe ở Montréal ?
lòng phơi phới nhìn cái chi cũng đẹp
líu quíu trong lòng đôi mắt long lanh

không thể sót tật nhìn trời vô cớ
một chớp liếc lên lạc điệu lúc này
mây đang đậu giữa nền xanh bát ngát
tôi về rồi trời đất mở vòng tay…
5g15 sáng 08-11-2021

ĐẦU NĂM NHỚ NGÔI NHÀ CŨ 58 HÙNG VƯƠNG ĐN

tròn trịa hai mươi năm
không trở về Đà Nẵng
tính từ năm về thăm
(dài hai tuần lo lắng)

xa quê lâu, khá lâu
nỗi nhớ già theo tuổi
chân đất, trời đội đầu
sần sùi lòng rác bụi

thỉnh thoảng cũng bùi ngùi
ngờ ngợ như cái mốt
trong cuộc sống xứ người
tỏ ra yêu tổ quốc

đương nhiên cũng lai rai
nhớ con đường cái cửa
chỗ dựa lưng tì vai
thổi tình thành ngọn lửa

*

tết năm nay nhớ nhiều
bởi thằng cháu gởi ảnh
cái chỗ ở thân yêu
gợi nhớ từng góc cạnh

thương chưa cây hoa vàng
nơi ta treo khướu hót
vẫn sống xanh đàng hoàng,
chợt tưởng chừng muốn khóc

*

nhà xưa lên thêm tầng
dáng, nền cũ vẫn vậy
ngậm ngùi tiếc lâng lâng
phải chi đừng nhìn thấy

chợt nghĩ ngộ vô cùng
đất này như có mạng
thần tài vẫn thủy chung
ám vào vận chủ mới

*

xưa ta dân ngân hàng
chừ nhà-bâng được dựng
đất phò chủ thanh nhàn
hay chủ ở thơm đất ?

nhìn cảnh xưa buồn buồn
nảy nòi ước vớ vẩn
xin lại quốc tịch chăng
già rồi không kịp nữa
5g50, 05-02-2022

NGÔN-NGỮ
BÁN SÁCH BÁO, DỤNG-CỤ HỌC-SINH

ĐỔI THAY MẶT BỜ SÔNG HÀN

tôi xưa xem bờ sông Hàn
là anh, là chị, bạn vàng… nhiều vai
một tuần bốn bận lai rai
kể như là ít vãng lai thường tình

khi vui cùng đám nam sinh
lúc buồn lững thững một mình, thú hơn
nghe nhìn và hiểu dòng sông
thú là không thấu nỗi bềnh bồng riêng

của sông và của lòng mình
bờ cây lá rụng làm thinh, ngó chừng
bốn mùa thu đông hạ xuân
xe đạp mới-cáu lùng bùng cũ ra

mặt mũi trẻ măng lòng già
nhờ vì
cũng bởi
            chánh tà bờ sông

cha la mẹ mắng phơi lòng
giận, ngờ em chút, ngồi hong
                                    dịu tình

bờ sông Hàn
            tôi
            thần linh
ai thần ai thánh cũng mình hân hoan
bằng chút chi đó nhẹ nhàng
đến về hai dạ cưu mang khác nhiều

*

bờ sông Hàn chừ yêu kiều ?
lộng lẫy hình dạng phẳng phiu tứ bề
chưa thăm lộ gã nhà quê
ta ngại bước dẫm u mê của mình

mỹ âu từng ngắm văn minh
quê nhà "hoành tráng" thình lình ngớ ra
người nghèo không vụng xa hoa
xa hoa chữ nghĩa lộ ra không giàu

hình dạng nghệ thuật đến đâu
hồn đá Non Nước đỡ đầu bao che
sông xưa nước chảy lè phè
bây chừ chạy phải đủ "e" như bờ

rất may những người làm thơ
tùy nghi thích hợp bất ngờ có luôn
bờ sông xưa bờ sông buồn
bờ sông chừ thường diễn tuồng hình như

rồng phun lửa nước gầm gừ
búa đe còn đó đời dư gạo tiền
sống thì lo sống đời riêng
chuyện nước chuyện đất đừng nghiêng mình vào

không khí lớn của nhà lao
đương nhiên dễ thở hơn bao-tời nhiều
tạo riêng một đời đáng yêu
đè tinh thần xứ lắm chiêu ngủ vùi

SÂN VẬN ĐỘNG CHI LĂNG ĐÀ NẴNG

rời Hội An má ba không quay lại
kể từ ngày tản cư lên non ngàn
bỏ Tiên Phước cơ quan ba tạm trú
ba cõng con về sống tạm đất làng
lập trường học mấy năm chờ đợi má
chị cùng em về, tạm biệt đất Hòa Vang

*

đến Tourane gần dứt thời Pháp thuộc
ở nhà thuê đã dời chuyển tứ tung
dù Phước Ninh, Thuận Thành hay Giếng Bể
dốc Cầu Vồng đã là một sống lưng

hai năm học đình Hải Châu Hoàng Diệu
chẳng ngày nào tôi bỏ tập đá banh
không Bảo Trợ Nhi Đồng qua rìa Sân Vận Động
Chi Lăng ơi, tình thân thiết sớm thành

*

mua được đất còn thiếu tiền xây cất
ở nhà tole vách gỗ qua mấy năm
sân Chi Lăng cách nhà vài trăm bước
tình thân thương ngày tháng sát vai gần

chứng kiến đủ những tranh tài Pháp Việt
những trận banh vào cửa níu tay người
bạn cùng trường xỏ giày ra sân cỏ
không săm se tôi tự động rút lui

rồi bao cát dựng pháp trường xử bắn
buồn đề thơ Phạm Thế Mỹ phổ thành…
đến Hội Chợ, Hoàng Thi Thơ nổi tiếng
mấy tuần liền vang "Gạo Trắng Trăng Thanh"

moto bay đến đi qua nhiều bận
mắt đã quen nhưng không bỏ lần nào
với ao ước có ngày đi xe đạp
cũng bay vòng từ thấp tới cao

ngỡ đã què khi ghế ngồi ném trúng
đốt võ đài trận đánh của Huỳnh Tiền
nhớ nhớ hết… ngày dàn đèn được dựng
Vũ, Đức, Trung lùn, Chức, Niên… có duyên

từ 78 đến 84 liên tục
không trận nào thiếu mặt khán đài A
trọng tài Cẩn dành vé mời thường trực
tôi dân ngân hàng có giá lắm nha !

nhiều kỷ niệm thật tình không dám kể
chuyện dị òm thời chớm lớn ấy mà
xin chầm lững để nuôi tình sống mãi
Đà Nẵng chung, sân vận riêng trổ hoa

*

nhà còn đó đã lên tầng chút đỉnh
một em trai đang ở và cho thuê
tôi thì đã xa Đông Kinh Nghĩa Thục
Ngô Gia Tự nay, năm nọ có quay về

chợt nghe nói bứng sân đi chỗ khác
xốn trong lòng những tiếc nhớ vẩn vơ
dốc Cầu Vồng điểm tựa sân cũng mất
khi quá buồn thật không thể làm thơ

oái ăm nữa, nghe đâu sân dời đến
đất Hoà Xuân, vốn trước tên Hòa Đa
chính là làng có nhà tôi, quê nội
có tình cờ chăng, trên một nền nhà ?

*

hình ảnh cũ bộ nhớ già năm tháng
nhắc sơ sơ mà lệ sót tràn ra
những giọt nước không hình thành tổ quốc
nhưng lung linh bao hình ảnh quê nhà

sáng dậy sớm viết chơi cho ấm sách
khóc ngon lành không thành tiếng buồn chưa
chút ấm ức hay chút gì không biết
chết đến nơi, tôi đâu đáng "ruột" thừa

ngàn dặm xa chợt gần trong giây lát
ngó ra trời chưa lấp ló bình minh !

LH- 5h09 AM, 29-6-2024

ảnh 1; sân dựng đèn hoàn tất trước 1975 (ảnh internet)
ảnh 2: cháu Loan đứng bên rào sân vận động đường NGT, thời chưa bị bán mất

XÓM CHUỐI

nhớ Đà Nẵng không nhắc về Xóm Chuối
là sót đi một góc nhớ vô vàn
tôi thời ấy đồ chừng lên 11
tan học về hầu hết phải đi ngang

đoạn đường ngắn quên lững tên, kỳ thật
nằm bên hông bệnh viện Pháp bàn giao
bác sĩ Thái Can từng ngồi khám bệnh
nhớ xóm không mà tha thiết dòng thơ ?

*

câu viết trên không chừng thành vô phép
xin bà con cô bác thứ tha nghe
tên xóm Chuối quả tình có cây chuối
mọc sát đường xòe những bẹ xanh lè

xóm khá nhỏ, nhìn chung không sạch sẽ
xúc phạm nữa rồi, sự thật đấy thôi
tôi con nít sớm thiếu tài nói dối
vẽ cảnh tình càng không thể đãi bôi

tôi biết biết xóm có gì nổi tiếng
qua anh Vui cùng lớp kể sơ sơ
chuyện người lớn giúp tò mò thêm lớn
báo hiệu mình sớm mất những ngây thơ

*

ngày tiếp tháng đẩy tôi lên trung học
xác cùng hồn chút chút khôn hơn
chọc cảnh sát, uống cà phê nghe nhạc
chuyện gái trai chừng đứt gốc trẻ con

đường xóm Chuối vẫn thường xuyên qua lại
nhìn những mái nhà nhỏ thấp cô đơn
tole với gỗ rõ ràng thật trái ngược
những phấn-son-đại-khái phất phơ còn

xóm chỉ vậy mà sống dai đáng nể
thập kỷ bảy mươi còn đứng vững như xưa
vẫn khiêm nhường vẽ ngoài cùng tên xóm
dù Mỹ thay Pháp đến giàu bán mua

*

khi tứ xứ giang hồ về trở lại
cái xóm gần nhà tôi vẫn thế và…
ai không biết xóm này là thiếu vốn
sống cùng đất Hàn cốt cách đào hoa

vui hỏi nhỏ tài hoa Đỗ Duy Ngọc
người viết nhiều về Đà Nẵng biết không
dù những biết vô duyên không cần kể
căc cớ tôi thơ thẩn rước lên dòng.

LH- 9h20 AM, 29-6-2024

GIẾNG BỂ, MỘT THỜI MÊ BẮP NƯỚNG

hẳn không còn nhiều người biết Giếng Bể
tên gọi này từng chính xác hay không ?
nếu bạn sống cùng thời tôi có thể
bạn sẽ nhớ ra với cả tấm lòng

Giếng có thật, không hiểu sao bể miệng
cái vòng tròn nhìn như thể sứt môi
lòng giếng cạn kiêng cử gì không lấp
rác đá hơi nhiều mưa nắng nằm phơi

vị trí Giếng mé ngã tư Thống Nhất
dưới dốc Cầu Vồng hướng xuống sông, đi lên
đường ra biển đặt Giếng nằm bên trái
bạn nhìn ra chưa về một cái tên

*

tôi thuở ấy cũng ở đường Khải Định
rất gần đây, gần nhà thờ Tin Lành
nơi những chuyến xe Vàng đón khách
(loại buýt đầu tiên cũng là sau cùng)

gần Giếng Bể, Phan Duy Nhân từng ở
với Ngân Hà khi cô dạy Bồ Đề
tôi nhớ rõ và kể ra tường tận
bạn chớ ngờ tôi lẩn thẩn u mê

nhắc Giếng Bể bởi nơi đây mỗi tối
tôi thường ra mua bắp nướng thơm nhai
chuyện vớ vẩn sao phí giờ thơ thẩn
báo hại người xem chắc phải thở dài

*

thơ quê hương không phải thuần tả cảnh
viết bá xàm bá láp về địa danh
là có được hồn thiêng liêng con đất
một thời qua từng sống với an lành

tôi muốn nhắc cùng ăn theo hình ảnh
hãnh diện mình giàu vốn sống thường dân
để trường thọ thật đúng là không dễ
tôi đạt được rồi lòng nhẹ lâng lâng

dẫu mai mốt dĩ nhiên đời khép lại
không đất chôn tại Đà Nẵng hữu duyên
cũng thấy sướng dù không hề mãn nguyện
tại sao không hậu thế gọi thánh hiền ?

LH- 12h09AM, 29-6-2024

GIẾNG BỘNG NHẮC NHỚ LINH TINH

nhắc Giếng Bể lẽ nào quên Giếng Bộng
ở Nại Hiên sát chợ Cây-Vông-Đồng
trên bờ nước sông Hàn đầy gió lộng
Trưng Nữ Vương dắt Chợ Mới ra sông

những tên cũ, thời tôi, chừ dẫu đổi
tôi chẳng cần biết đến để làm chi
tôi tự nhắc chính mình cho kỷ niệm
thức dậy chơi đừng ngủ thiếp li bì

nhắc Giếng Bộng, Hoàng Như Thoa phải nhớ
chị bạn thân tôi, chỉ dám ngắm xa xa
chị Kim Uyên về sau là Á hậu
(Á hậu đẹp hơn hoa hậu đó nha !)

nhắc Giếng Bộng quên Phan Xuân Sinh sao được
thi sĩ này theo học ở Sao Mai
và ngôi trường cũng nhìn sang Giếng Bộng
khoảng cách chừng ngang một tiếng thở dài

nhắc Giếng Bộng là nhớ về Trưng Trắc
nàng Trân Châu kiều diễm đóng vai
báo hại bọn tôi choai choai đực rựa
nhớ nhung suông và ao ước gót hài

nhắc Giếng Bộng ngã Lam Hồ qua lại
hoặc đến thăm tôi cũng bởi lối này
anh chàng viết một thời Gió Mới
"Cùng Đi Một Đường" mà chẳng có tôi

nhắc Giếng Bộng điều vui vui bật mí
tôi có thời học accordion
bạn Thảo dạy nhưng rồi không ham mấy
theo guitar tôi đành phụ tấm lòng

và chuyện nữa xảy ra gần Giếng Bộng
đám con ranh dàn cảnh gài đụng xe
không cãi lại tôi chi ra khá bộn
khi đi mua chim hí hửng chạy về

còn gì nữa, dĩ nhiên khó hết
chuyện dài tôi thổ địa lang thang
sống chưa đến mức hết đời hữu hạn
chẳng dễ từ cả đống hành trang

thật tình nói không hiểu tên Giếng Bộng
có vì đâu giống Giếng Bể hay không
chừ quá muộn không cần tìm hiểu nữa
chỉ gọi tên để cứ nhớ viễn vông

à Cổ Viện Chàm cũng gần đây đấy
nghĩa địa tượng này nghệ thuật đỉnh cao
xin một phút nhắm ghiền đôi mắt lại
chào đời xưa xa hồn vía ngọt ngào

LH- 23g31, 29-6-2024

HỒN ĐÁ NGŨ HÀNH SƠN

giữ hồn đá Non Nước
Ngũ Hành Sơn trong nhà
mong gần dòng hơi hám
tổ tiên từ ngàn xa

*

tôi kính quí tượng Phật
bổn sư ngài Thích Ca
tượng ngài nằm thanh thoát
tượng ngài ngồi kiết già

hai tượng được chạm trổ
từ tay và tâm hồn
những thợ đá Non Nước
giàu nghệ thuật, hết lòng

*

tượng Quán Âm bồ tác
danh thân mật Phật Bà
ngài đứng trong dáng tượng
thuộc lòng người Việt, Hoa:

tay phải ngón tạo ấn
tay trái chúc bình hoa
ban dân gian phước hạnh
giữ tâm sạch an hòa

*

Ngài Bố Đại Di Lặc
của đại chúng, Phật Cười
bụng to vác túi vải
đựng bùa phép cứu người

ngoài bằng đá Non Nước
tôi chưng thờ tượng ngài
với khá nhiều chất liệu
qua nhiều tay trổ tài

*

bên Phật tôi cung thỉnh
ban nhạc cổ cúng thờ
nhạc công thời vua chúa
đơn giản mà thanh cao

xử dụng cò, kèn, trống,
nguyệt, sáo… nhạc cung đình
nét chạm khắc thanh thoát
nhìn, gặp âm tượng hình

*

tôi không quên rước cả
rồng chầu nằm trang nghiêm
xác trong đá Non Nước
hiển lộng hồn thánh tiên

vảy vi khắc chạm đẹp
râu ri thật có hồn
tôi tuổi rồng hưởng ké
những nét thần tỏa thơm

*

gần đây có thêm được
một cặp hư cấu linh
Tỳ Hưu hay còn gọi
Tu Lỳ với dạng hình:

mặt lân cùng thân gấu
vảy rồng đầu mọc sừng
tua tủa những truyền thuyết
người Trung Hoa bái sùng

*

xa hơn, thời bỏ xứ
tôi mang sư tử theo
tượng trưng một con đực
chúa thế giới hùm beo

sư tử này đá xám
thợ non nước thuần tay
tôi cần sự dũng mảnh
chế ngự đời đổi thay ?

*

thứ khác: chày cối đá
em một hai đòi mua
nặng trịch choán lắm ký
nhưng tôi phải chịu thua

qua đây rồi bỏ xó
sau giã nghệ vài lần
muốn đem chưng thiếu chỗ
và sợ người quở hâm

*

đến bảng tên bút hiệu
cả tấm bảng số nhà
cũng chơi đá Non Nước
quyết vói bám quê xa

nếu giàu hơn một chút
nếu về thăm nhiều lần
có lẽ đá Non Nước
với tôi hẳn càng thân

"yêu nước" là hai chữ
thật sự không dám dùng
nhưng hình tượng nho nhỏ
thường giúp lòng rưng rưng

quê nhà trong hình ảnh
thờ, chưng hay để không
mỗi ngày sờ hay ngó
vô hình dung ấm lòng

xin dùng ít dòng vụng
lên hình ảnh chung chung
cảm ơn vài thông cảm
lòng đồng hương mông lung…

LUÂN HOÁN
11351

TIẾC CÁI CẦU VỒNG ĐÃ MẤT

ba mươi sáu năm xa quê nhà
một lần thăm lại rồi xa tới chừ
tình buồn rót ra ngôn từ
đọc đi đọc lại hồ như thiếu nhiều

chưa vẽ được nét đáng yêu
Cầu Vồng một thuở dập dìu ta chơi
thường đứng ngóng, chưa hề ngồi
đường tàu lửa chạy muỗi ruồi bay lên

thỉnh thoảng ta xả rác thêm
một mẩu giấy, que cà rem góp vào
cái chỗ ít thấy khi nào
có người quét dọn dật dờ vui tay

ta chưa vẽ được tháng ngày
nhà ta ở sát gần đây một thời
bây giờ cầu đã phá rồi
có thăm cũng chẳng có nơi bồi hồi

nói làm chi nữa buồn vui
tang điền thương hải ngậm ngùi xưa xa
nỗi buồn khó rứt khỏi ta
gượng lòng hoài cổ chẳng qua vẽ vời

tiếc ngày cầu Vồng qua đời
ta không chứng kiến dâng lời tiễn chân
nay xin thơ rót thành tâm
một mình nhấm chút hương nồng tiếc thương.

tiếc cầu và thương bộ xương
mình đang như nứt trên đường sống dai
13g00 | 21-3-2021

KHÔNG VÀO HIỆU SÁCH TÌNH CỜ

trung tâm phố tợ bàn tay
vùng sinh động về cuối ngày càng đông
không lòng vòng đoạn bờ sông
Đồng Khánh, Độc Lập...mong mong khác thường

dừng không lâu mỗi sang đường
bỏ quên nhan sắc phát hương bên đời
bước đi không kịp ngó trời
mặt đất quen bước, liếc người qua loa

đang không làm chủ được ta
bỗng nghe hồi hộp hiểu ra ngần ngừ
quyết thôi, đến ngay bây chừ:
Sông Đà ngó, Lam Sơn, ừ, phải xem...

*

nguyệt san, tập chí dựng bên
những cuốn sách mới sáng tên anh tài
mặt hai ông chủ chảy dài
chừng như ngán ngẩm người coi cọp rồi

bán hàng chữ nghĩa hẳn vui
lạ thật hiếm gặp nụ cười xã giao
đánh liều hỏi tên tập thơ
lơ đễnh hai tiếng hơi thô hết rồi

giật mình mới ba bữa thôi
mình mua một cuốn, như chơi mở hàng
mười hai đồng trả đàng hoàng
tập thơ còn ở trên bàn, đến đây

hệ thống phát hành rất hay
đến trước tác giả - mát tay thật à
vội vã mua tờ Tuổi Hoa
trong lòng thoáng khúc hoan ca mở cờ

làm thơ thấy bán được thơ
lần dầu dị dị thế nào rất hay
tưởng tượng cha nắm trong tay
mắt khi không có màn mây ướt vào
18h21 , 05-7-2024

Luân Hoán
lẩm cẩm thời hai mươi
VINH LOI
SƠN
NGHIA-TIN
RADIO
DĨA HÁT
NHA THUO

HÀNH NGHỀ KHÔNG THUẬN TAY NÀO

nhớ vong linh Nguyễn Thanh Ngân, Vĩnh Kha.

cũng từng đào hồ Phú Ninh
công trình ngắn hạn thình lình tới tay
3 thằng nhà thầu ăn may
bỏ ngang không bị thẳng tay đền bù

tưởng dễ ăn, sớm nghiệm thu
đâu dè công cụ bỗng xù ngang xương
3 thằng ăn ở trời thương
trúng thầu mối khác, phi trường ngon ơ

lần này "ao cá bác Hồ"
ta siêng năng chạy ra vào sân bay
độ sâu nước đục lút giày
phủi tay 3 đứa nhậu say cuối đường

bún bò ngon Lê Đình Dương
lơ tơ mơ đủ sương sương với đời
làm giỡn chỉ ăn chơi chơi
chờ ngày xong kiếp bốc hơi vô thường

góp chút xíu với quê hương
"vinh quang lao động" khiêm nhường vậy thôi
đang vui bỗng bỏ cuộc chơi
tha phương, lần nữa đổi đời chênh vênh

LH- 9h09, 04-7-2024

DƯƠNG LIỄU BIỂN THANH BÌNH

ngoài cát sóng và gió
Thanh Bình gọi chúng tôi
bằng khu xanh dương liễu
cõi thở thật thảnh thơi

nơi đây chúng tôi trốn
một phần ánh nắng trời
nơi đây chúng tôi hẹn
bất ngờ những tình vui

*

chúng tôi ghé đến biển
không để tắm để bơi
chỉ để nghe tiếng biển
gọi từ phía chân trời

và vào rừng dương liễu
(loại thân cao thong dong)
vừa đi vừa tán ngẩu
về một thoáng bóng hồng

dương liễu thỉnh thoảng rụng
những trái khô nâu nâu
một khối nhỏ bầu dục
cạnh sắc dễ gây đau

*

bài thơ về dương liễu
khó viết đến không ngờ
có ảnh muốn khoe bậy
gắng vung tay tao lao

dẫu vụng không đáng bỏ
trong tuyển thơ quê nhà
bởi một chút hình ảnh
cũng ngân lời thiết tha

LH-20h22, 05-7-2024

vườn dương liễu
gần biển Thanh Bình

cùng họa sĩ
HOÀNG TRỌNG BÂN

NGHE TIN BẠN RỜI ĐƯỜNG TRƯNG NỮ VƯƠNG

gửi nhà văn Lam Hồ của Gió Mới

Nhà hộ sinh Phaolo
vợ nằm sinh con gái
cùng lúc vợ Lam Hồ
sinh cháu trai cùng bữa

con Lê Ngọc Hòa Bình
tên có trong bụng mẹ
và sau khi được sinh
cha vừa mới sứt mẻ

hai trẻ cùng đầu lòng
đã lớn có đời khác
nhắn nhớ nhau chút nghe
già rất cần dĩ vãng

*

ta với bạn Lam Hồ
ngồi chung một trong lớp
nhưng tình quen sơ sơ
về sau chơi khá hợp

hồi còn ở quê nhà
sau 75 đời đổi
bạn rau cỏ trồng ra
thường mang cho ăn bớt

rồi ta lặng lẽ đi
gần như không ai biết
bởi thật đã chắc chi
khi tàu chưa giã biệt

28 năm ta về
hai đứa cùng đi nhậu
một đời không chửi thề
bắt tay mừng thay khóc

vài tuần sau ta đi
bạn cũng dời chỗ ở
vườn nhà rộng làm chi
cầu tự do đủ thở

*

vậy đường Trưng Nữ Vương
không bằng Thanh Khê được
hay ngược lại (cũng thường)
chừng bạn buồn hơn trước.

chúng ta cùng già rồi
tuổi sức ngang nhau cả
chờ xem ai là người…
sẽ chậm đội mồ mã

trước đây bạn mừng ta
chừ ta mừng lại bạn
có vẽ như là hòa
thật sự bạn hơn đấy
LH. 10h38 AM, 06-7-024

LE NGOC HOA BINH
khi 1 tuoi ruoi | anh cuoi nam 1970 -58 hungvuong dn
tac pham cua luan hoan va phuocly

XEM ẢNH MỚI CỦA TRƯỜNG CŨ

Kính gởi thầy hiệu trưởng Nguyễn Đăng Ngọc và các cô thầy cũ của tôi.

hồn trường cũ huy hoàng lộng lẫy
các em tôi cũng đẹp hơn nhiều
tôi nhìn mãi cuối cùng cũng thấy
chút hơi mình bám hạt bụi bay

cuộc sống tiến đổi thay phải vậy
có tiếc thương xin giữ bùi ngùi
trong vài phút giữ lòng mặc niệm
rồi theo đời cùng các em vui

xin thân chúc từng niên khóa tới
hồn trường trong xác mới vẫn thơm
từng thế hệ nối vai học giỏi
trí tuệ luôn ăn khớp tâm hồn

mùa học mới từ căn bản cũ
mỗi ngày tăng một cách tự nhiên
xin hết lòng cùng môn địa, sử
tri thức chung tạo dựng vốn riêng

gió trời giữ thói quen từ biển
ghé Sơn Chà rồi tạt ngang đây
mang hương tóc em trong lớp học
người tha phương vẫn hít gió bay

tình chữ nghĩa thấm từ mặt đất
được đứng đi cười nói bao ngày
nhìn trường cũ ngậm ngùi nhắm mắt
ứa thương yêu thâm tạ cô thầy...

23.00- 08.9.2017

NHỚ NGÔI NHÀ 72 TRIỆU NỮ VƯƠNG

tặng Châu Văn Tùng, bạn tôi,

mừng bạn vẫn ở đó
ngôi nhà Triệu Nữ Vương
nơi tôi thường ăn chực
những bữa cơm tình thương

hồi đó địa chỉ này
tôi mượn dùng để nhận
sách, nguyệt san tới tay
không hề sợ lạc, lẫn

*

ngôi nhà đứng một mình
trước có cây vú sữa
một cội mai rất già
gần tết hoa thế lá

tôi ghé đây mỗi tuần
thường vào ngăn bên trái
ngồi vào chỗ thường ngồi
ngỡ được dành thường trực

*

La Joconde, bản sao
đóng khung treo cuối vách
nụ cười không khi nào
nhích môi, giữ tâm sạch

bàn rộng luôn có hoa
mẹ bạn người gốc Huế
dòng dõi giàu, con nhà
bao dung và quí phái

cha bạn Phó Thị Trưởng
chuyển qua Qủy Bù Trừ
của Pháp, nắm Giám Đốc
cởi mở thân tình vui

bạn có hai em gái
dĩ nhiên là đẹp rồi
bởi chính bạn rất bảnh
khen nhè nhẹ vậy thôi

*

tôi thân bạn đơn giản
được cả nhà khen lành
cũng con ông trường Pháp
không yếu kém học hành

tại đây tôi từng tiếp
nhà thơ Phan Trước Viên
tại đây tôi gặp biết
Uyên Nguyên Lê Hiếu Đằng

còn vài ba người nữa
bạn viết, dân giang hồ
nghe danh quả không giả
dù có khi tào lao

bạn là người ham đọc
cũng khéo tay vẽ vời
chúng ta nhanh thân thiết
như từng hẹn trước rồi

cùng chọn nghề kế toán
cùng đi lính một lần
ra trường cùng đại đội
bất ngờ chia xa dần

*

và rồi tôi ngã ngựa
bạn cũng lãnh chiến thương
cùng loại ba nhưng khác
tôi hụt khúc đi đường

nhưng tôi đi, bạn ở
để tâm luôn nhớ nhau
ngôi nhà ngói đỏ ấy
năm tháng thêm đậm màu

*

Triệu Nữ Vương khởi thủy
cát vàng chạy thẳng đường
từ nghĩa trũng Hoàng Diệu
đến Vĩnh Lạc Hùng Vương

(tên rạp ciné rệp
với rất nhiều đổi thay
rồi Chợ Cồn trụ được
có còn đến hôm nay ?)

con đường này tôi nhớ
Pháp thất thủ tải thương
về bệnh viện gần phố
(nay y tê tên trường).

*

cố dài dòng kể lể
chuyện xưa đỡ nhớ nhà
gắng gợi nhớ hình ảnh
dù càng thấm xót xa

mỗi ngôi nhà, địa điểm
từng có tôi vui buồn
dẫu vụng cũng muốn đặt
chúng vào thơ quê hương

bạn hiểu ra điều đó
sẽ thấy sự cố tình
tuy có vẻ non nớt
hiện thực thành hiện sinh

"ĐÀ NẴNG THẤT TÌNH ĐI ĐÂU?"

trên trang "Đà Nẵng mến yêu"
trưng một câu hỏi gợi nhiều ưu tư
thắc mắc, ngã ghế ngồi thừ
nhìn trần nhà chợt y như đau đầu

đi đâu ? ai biết đi đâu
Đà Nẵng, khi mất tình nhau, đi về
sân nhà, ngồi vấn thuốc rê
giấy quyến bặp khói môi khê khét nồng

không bớt buồn, xuống bờ sông
(khúc trước bưu điện) ngó mông lung về
hướng xa xa phía bên tê
mờ mờ An Hải, Mỹ Khê…thở đều…

hít sâu vào - bụng phồng theo
thở ra - bụng giống đói meo, mươi lần
kể như trả hết nợ nần
tình ai cho đó phù vân theo trời

tình ông trả lại ông thôi
tình bà, bà cứ thu hồi tự nhiên
đã gây thương tích xỏ, xiên
vài ngày quên trớt lòng liền vết đau

*

Đà Nẵng, thất tình, đi đâu ?
em đang đứng trước biển sâu Thanh Bình ?
chạng vạng trời biển liên minh
không gian bát ngát rộng rinh thêm nhiều

lòng em nếu còn thương yêu
sẽ thấy sóng trắng đầu kiêu hãnh chào
em nhìn chăm bẵm, lẽ nào
không thấy vô tận nguồn thơ dỗ mình

cát- nước chân lún hiển linh
dìu em trở lại chính mình lâng lâng
thất tình như một nhịp ngân
loang xa, xa nhỏ… dần dần… tiêu tan

nhẹ hơn cả giấc mơ màng
bước vài bước nhẹ, hoàn toàn bình tâm
ngoại giới hóa giải tâm hồn
liếm môi một chút để còn yêu sau

*

Đà Nẵng, thất tình đi đâu ?
câu hỏi gợi nhớ tôi hồi tơ trai
chuyện thất tình lặp lại hoài
khi buồn tuần lễ, khi ngoài tháng hơn

chẳng buồn nào dám ba lơn
kéo ngày qua tháng qua năm dài nhằng
tình tôi không đậm hay chăng ?
đã từng thề trước ngọn đèn hẳn hoi

bỏ làm thơ để học đòi
nịnh chiều em tới bến vòi vĩnh yêu
mê em, từng cả gan liều
yêu em, bỏ bớt nhiều điều đáng mê

tôi ngẫm tôi, không chỗ chê
vậy mà cũng thả tay kề vai ngoan
Đà Nẵng bao nhiêu ngã đàng
tôi đều đã được lang thang hết rồi

"nói thiệt chẳng phải nói chơi"
đầu ngõ âm phủ từng hơi hơi gần
từ mỹ nhân qua nữ nhân
và rồi ngược lại dần dần hiểu ra

vì mình tốt hơn người ta
ích kỷ một chút thành ra yêu đời
còn yêu đời, mới yêu người
em ở trong, giống con người này đây

*

Ơi kìa chạy trật đường rầy
em hỏi câu khó, loay quay lộn hồn
môi già, tay già… hết trơn
câu trả lời cũng mất khôn đi nhiều

em trước biển dáng yêu kiều
mảnh mai vóc liễu đăm chiêu, hết buồn
biển đêm đẹp, giàu bất thường
vài lần xuống bãi, mà chuồng không xuôi
bạn xưa ai còn nhớ tôi ?

11-2022

NHỚ TRƯỜNG VÀ THUỞ TÔI XƯA

nhân được tin kỷ niệm ngày dựng trường Phan Châu Trinh Đà Nẵng

nền cũ trường xây mới
nhìn ảnh mất dấu tôi
thời đầu chưa có tượng
cụ Phan ngồi nắng phơi

tôi gặp một cây phượng
lùn xủn ngang vai tôi
tôi đạp mặt sân đất
đựng đầy giọng nói cười

*

lớp tôi toàn giống đực
thèm tóc dài vô cùng
chưa biết hương thiếu nữ
nhìn sơ mà nhớ hung

tôi nhớ cô Kim Đính
như minh tinh Hồng Kông
khiến đôi khi vớ vẩn
nghĩ vượt lòng trắng trong

tôi kính thầy hiệu trưởng
người thêm vốn Việt văn
giờ thuyết trình lọng ngọng
tôi nói mặt thầy nhăn

kỷ niệm thời trung học
qua lâu mà mãi còn
không đọng thơm da thịt
thấm lâng lâng trong hồn

kỷ niệm thời đang lớn
cùng trường qua đã lâu
sao như còn lẩn quẩn
trong tâm lẫn trong đầu

*

tôi vẫn tôi thuở ấy
khi nhắc lại tên trường
cũng lập tức ngó thấy
cậu học trò ương ương

với quần xanh áo trắng
vào lớp rồi ra về
hoặc áo trắng quần trắng
treo cà vạt chỉnh tề

(đầu tuần diện vậy đó
để làm lễ chào cờ
cờ vàng lộng nắng gió
đâu ngờ, thật không ngờ)

*

tôi có nhiều nhiều bạn
quen mặt lẫn thân tình
thường nhớ đủ tên họ
nay thầm gọi, rùng mình

phần lớn đã quá vãng
chậm chân được mấy người
mừng, buồn, lòng chưa chắc
trong số đó có tôi

đang thời xa tổ quốc
nhớ nhiều thứ, chuyện thường
có điều hơi lạ lạ
về gặp nhạt vấn vương

hình như thời khắc ấy
lo nhận dạng bóng hình
tỉ mỉ ôn và nhớ
quên lửng cảm tình mình

nhớ tiếc là loại thuốc
gây nghiện thật lạ kỳ
nữ sinh mấy cô nhớ
thằng Châu tôi, đôi khi ?

21h58 PM, 12-9-2022

trước cổng trường Phan Châu Trinh 1959

HÌNH DUNG ĐÀ NẴNG
TRONG LẦN SẼ VỀ THĂM TIẾP THEO

giày Nunn Bush vớ Tommy
lâng lâng phố bước chân đi nhìn người
cô Vũ Hán tạm rút lui
nhưng người vẫn giấu nụ cười nhìn nhau

tôi thêm mũ đen chụp đầu
mắt đeo kính mát cũng màu đen thui
hoàn toàn có lợi cho tôi
chẳng ai biết tôi chạm nơi đỉnh già

vững tâm huýt sáo tà tà
yếu hơi nên chẳng nghe ra điệu gì
con đường đẹp đang bước đi
không thèm ngó thử tên chi bây giờ

*

ngày xưa đường này rất thơ
lá xanh cây thẳng đụng bờ sông trôi
ngày nay thơ mộng mất rồi
nhà cây lỏi chỏi cười ruồi nghênh nhau

tôi đi chẳng định đến đâu
vừa bước vừa ngẩng cao đầu ngu ngơ
người đông xe chạy xô bồ
tiếng chửi tiếng ré xoáy vào thinh không

đề phòng trước cũng sảng hồn
giật thót bất tử ngó vòng châu thân
em phơi hông trắng, định thần
lơ mơ mắt ngó nhớ dần từng nơi

chỗ nào chẳng có hơi tôi
thời thổ địa chưa nhường nơi cắm cờ
thời mà tôi đi lượm thơ
trăng chiều ý sáng dật dờ cả đêm

*

kia kìa đường về nhà em
họ Phan, họ Nguyễn… nhiều tên lẫy lừng
và đây con đường đi cùng
em Trần…em Đặng…tóc nhung tay mềm

chẳng đường nào không có tên
một người đẹp sống êm đềm trong tôi
gặp đường là thấy ra người
chết sống xa cách ngậm ngùi như nhau

tình đâu và hồn về đâu
địa danh tên phố nằm sâu trong lòng
phát triển nhiều quá nhưng không
làm khó tôi được, chỉ lòng vòng thôi

*

phố Hàn Đà Nẵng một đời
Tourane còn nhớ cả thời bé con
tôi đúng chẳng có chi ngon
chỉ tài nhớ cái trong hồn trải qua

nhớ cả nút ruồi kín mà
khó quên chỗ giữ tài hoa của mình
lưu lạc nhưng chẳng lưu linh
về đây bạn thiếu người tình cũng không

nhưng tôi vẫn gặp ấm nồng
thị dân vẫn giữ tấm lòng Quảng Nam
vang vang giọng bắc tiếng nam
trội hơn vẫn tiếng Hòa Vang tưng bừng

*

chẳng thấy Hòn Kẽm Đá Dừng
câu ca dao vẫn sững chừng mây bay
Sơn Chà Sơn Trà cũng đây
nơi tôi nhúng nước cả ngày thân tôi

những cây cầu mọc tuyệt vời
nhưng tôi chỉ thấy ghe trôi cùng phà
dòng nước quả thật không già
lòng tôi cũng vậy mượt mà trẻ măng…
6.49, ngày 01-11-2021

Góc Đất Tình
HUẾ THỪA THIÊN

HỒ TỊNH TÂM ĐẦU THẬP NIÊN 70

ghé Hồ Tịnh Tâm sao lòng bất ổn
lười đi quanh, bước lững thững quay lui
chẳng biết Hạ Huân hay là Thu Nguyệt (1)
dù cửa Nam, Tây chi cũng bùi ngùi

em có thể từ Đông Hy xuất hiện
hay Xuân Quang lặng lẽ đến không chừng (1)
bốn hướng cửa thành cao tôi không thấy
tâm vọng bốn nơi chờ đợi bước chân

em sẽ đến, em là ai chưa biết
nhưng tôi vẫn chờ như lẽ tự nhiên
trai mới lớn tôi tập tành tìm sắc
đến nơi đây mong gặp những nàng tiên

*

thời vua quan triều xưa tìm thi hứng
ngắm Bồng Lai, Phương Trượng, Doanh Châu
ba đảo nhỏ giữa trời trong nước mát
thơ từ tim có chuyển hóa lên đầu ?

liễu cùng trúc thướt tha quanh hồ bọc
chừ lưa thưa như tùy tiện đong đưa
búp sen trắng thảnh thơi còn giữ dáng
tôi nhận ra tôi người khách dư thừa

lòng cũng muốn đề thơ nhưng bất lực
Cổ-phong không và Đường-luật cũng không
dâu dám giỡn với Ngô Kha, Trụ Vũ…
(Huế thi nhân khó kể hết đôi dòng)

*

Tịnh Tâm hồ, riêng lòng tôi không tịnh
thập niên bảy mươi không phải đến lần đầu
Huế xứ thơ đầy tràn thơ xứ Huế
gắng ké đôi dòng dù chẳng đến đâu
2021

1= tên 4 cửa quanh hồ Tịnh Tâm (Đông Hy, cửa bắc; Xuân Quang cửa đông), Hạ Huân cửa nam, Thu Nguyệt cửa tây

NHỚ HUẾ

nhớ huế, nhớ nhất hàng rào
toàn cây xanh thấp hoặc cao lưng chừng
thường thường chỉ ngang thắc lưng
che vừa phủ kín lưng quần em xinh

hàng rào cây thật hữu tình
cắt tỉa nghệ thuật dạng hình thanh tao
mỗi lần tôi đi ngang rào
không quên rờ rẫm tay vào lá xanh

tên gọi, tôi không được rành
chè tàu hay là chi, đành hỏi em
lần nào em cũng vờ quên
nên nay vẫn nhớ cái tên chè tàu

em đứng đâu, em ngồi đâu
tôi đi qua ngõ quay đầu khắp nơi
vẫn mong được thấy em ngồi
chải tóc bắt chí hay chơi thẻ dồi

trái mù u ở ngoài trời
lâu ngày nhìn tưởng của tôi lạc vào...
làm sao quên cái hàng rào
đố em tôi nhớ thêm tào lao chi ?

"Huế mình" tôi muốn thầm thì
như em nhưng có dễ gì được đâu
hôm nay tôi dừng thật lâu
bên hàng rào lá thấy nhau bất ngờ

ngồi bệt xuống đất làm thơ
thấy chủ nhà ngó, cúi chào rồi đi
vẫn nguyên vẹn tiếng thầm thì
"Huế mình"... thôi dị, kỳ kỳ em vô...| *6g55, 05-9-2020*

HUẾ

hồi mô chừ Huế vẫn buồn
riêng tôi, Huế tặng vết thương ngọt ngào

(Huế dễ thương bắt ước mơ
và rồi đoản hậu phỉnh phờ tôi riêng)

quyết quên, không nhắc chi phiền
nhiều khi đáng kiếp phụ duyên rủa thầm

nhưng lạ kỳ vẫn động tâm
Huế đau chiến cuộc, Huế bầm dập mưa

khóc cho quê quán, tôi chưa
nhưng lệ cho Huế chẳng thua ai buồn

Huế buồn, Huế tiếp tục buồn
Huế đẹp, mãi đẹp luôn luôn muôn đời

sông Hương tôn nữ của người
khiêm nhường chấp nhận đất trời đa đoan

tôi xưa đã sớm đầu hàng
vẫn chưa bỏ cuộc mơ màng yêu thương
21g02- 14-10-2020

XEM ẢNH NHÀ VĂN VĨNH QUYỀN BẤM MÁY TRONG ĐẠI NỘI HUẾ

ngoài có tài còn cần phải có tiền
chưa kể đến sức chơi và trí tuệ

chụp ảnh đẹp hẳn là không phải dễ
cần tâm hồn cùng đôi mắt tinh khôi
bàn tay cầm, ngón tay bấm tuyệt vời
đúng thời khắc nhốt ảnh hình đứng lại

khoảnh khắc ấy sẽ lâu dài tồn tại
cùng cuộc đời trong mắt thưởng ngoạn chung
đủ vui theo, đủ rung động sướng cùng
người chọn lựa góc nhìn nuôi sống động…

luận thên nữa e đời ngờ đánh bóng
tên tuổi người nhiếp ảnh đã thành danh
ngồi không chờ xem nốt trận đá banh
viết vớ vẩn nhưng thật lòng quí phục

*

một cô bé yêu bốn chàng một lúc
hay bốn chàng cùng ve vản một em
nước quá trong lợp ánh nắng vàng lên
gió vừa đủ cho hồ tình đựng bóng

chiều hay trưa chừng như không quá nóng
cõi thiên nhiên không phân biệt quốc gia
nhưng lời ghi đã chỉ rõ quê nhà
Đại nội Huế nơi Hồ Nội kim Thủy

đeo kính lão nhìn chi li tỉ mỉ
từng chiếc lông vịt tía ửng sắc màu
bạn Vĩnh Quyền ơi, phải mất bao lâu
để bắt được hồn nét tình sinh động

tiếng đập cánh hòa tan trong gió lộng
thay giọng tỏ tình không thoảng âm thanh
Huế hôm nay, vẫn Huế kinh thành
của vương giả áo dài đều quần chúng

*

nhớ Huế quá vịn hình bàn lủng củng
những câu vần thân mến tặng bạn riêng
tôi chợt mừng mình còn rất thanh niên
như bạn vậy, nhưng không tài hoa được

vẽ chữ nghĩa nhiều khi sinh hài hước
nên xin dừng, chúc Huế vẫn Việt Nam
đừng sang tay một cách phủ phàng
nhờ bạn giữ cho Huế luôn thơ mộng

cảm ơn lắm nhà văn mê chụp bóng…

LH-16h02, 29-6-2024

BY VINH QUYEN

GIỌNG NỮ HUẾ

nếu phải làm giám khảo
chấm giọng nữ mỗi miền
tôi sẽ ghi 10 điểm
cho em Huế Thừa Thiên

bởi em nói như hát
lảnh lót thanh và mềm
luôn tùy theo tâm trạng
giận vui mà xuống lên

lần đầu hơi khó hiểu
nghe quen đâm ra ghiền
nặng nhẹ đều có đủ
uyển chuyển thật có duyên

em đừng lấy làm lạ
sao không chọn Sài Gòn
đa số thích Hà Nội
nhưng mê em tôi không

trong 10 điểm đến 9
cái đẹp của thanh âm
1 điểm cho tình cảm
nịnh em phải lấy lòng

ok chưa em gái
xứ nhãn lồng thanh trà
ai chê em trọ trẹ
ta xử đẹp cho nha !

LH- viết ở quán Phở Mai, 20h01,29-6-2024

TIẾC BỮA GHÉ HUẾ VỘI

vào thành nội nhìn lung tung tứ tán
thích chụp hình được thoải mái ngón tay
đấy là ở những nơi không ghi cấm
chụp lén làm gì xui rủi không hay

*

cảnh ở Huế nơi nào chả đẹp
những lối đi xớ rớ ngoài đường
trước cặp mắt, ngón tay hạn hẹp
ảnh không xinh hẳn cũng bình thường

Huế hữu tình và tôi có ý
không tình yêu cũng có tình thương
không nghệ thuật chứng hình cũng đủ
tôi sát rạt bên da thịt quê hương

vào đại nội chỉ nhìn cung kính
không áo bào đội mão mang hia
tiền không có, không nên phạm thượng
phường tuồng chơi, ảnh ngó trật trìa

*

cả đời ở chốn sông Hương núi Ngự
nắm bắt bao nhiêu những hình cố đô
tôi quan niệm sai rồi và gàn gỡ
buồn hôm nay không có ảnh khoe nào

ghi chú: khổ đầu và cuối, 8 chữ |3 khổ giữa 7 chữ

MỘT KHOẢNH KHẮC VỀ HUẾ

để Natalie & Célina, lớn lên đọc

hai cháu nội về Huế
ông chực chờ đi theo
vào thăm lại Đại Nội
rờ vách tường xanh rêu

nhưng hai cháu nhỏ quá
(lên năm và lên ba)
đi đâu cũng bên mẹ
dưới hướng dẫn của bà

nhưng ngoại cháu dân Huế
hình như cám cảnh rồi
khó lầm điều có thật
nỗi buồn lớn nhớ đời

mẹ cháu hơi mất gốc
lớn khôn đất Quảng Nam
ngay giọng nói cũng ấm
âm điệu rặt Hội An

nội nhớ cố đô cũ
con đò bến nước xưa
những hiên phố, hàng sách
nhất là những trận mưa

Huế bây giờ có khác
ông xem qua nhiều hình
nhưng dù cách tân mấy
dáng Huế vẫn nặng tình

ông nhớ những nơi đến
một thời xa rất xa
địa danh vị trí cũ
rõ mồn một nhưng mà…

thời gian không nhận được
như đã từng lừa ông
những người bạn hai phía
chính họ chưa cảm thông

hy vọng ít bữa nữa
cháu được đến Đông Ba
ghé trụ cờ phơi phới
dù sắc màu phôi pha

ông sẽ đứng trân trọng
giữ lắng đọng tâm hồn
nhìn bầu trời xứ Huế
hội ngộ cùng cô đơn
LH- 11h01 AM 2-3-23

ĐÒ RƯỢU

tiên ông uống rượu trên đò
môi chưa ấm hớp, tối mò tối om
mò, om (ôm) không dẫn việc làm
cho dù diễn đúng chẳng phàm tục chi

xuống đò, rót rượu "nữ nhi…"
mấy chung nho nhỏ dễ gì đủ say
không say phải tỉnh khổ thay
đầu trống ngực rỗng hai tay dư thừa

*

mấy cụ mê rượu thời xưa
xuống đò say nước dầm khua đêm dài
tìm thơ trong nhúm tóc mai
tìm thơ trong ngọn tơ giai nhân lừng

rượu ngon túy luý vô chừng
ủ lâu thơm đậm, ấp chung bên lòng
nghe kể thèm được trôi sông
ngả thơ nhúng rượu mời không gian tình

*

định nói dốc, chợt giật mình
bên người đang có thần linh ngó chừng
gặp giờ thiêng bị sửa lưng
có khi sụ mặt cả tuần như chơi

(thơ già tôi, kể chuyện vui
vui mức khó được nụ cười cảm thông
chán ngán đọc thơ lão ông
dai như giẻ rách, và không nuôi hồn) |
LH- 8h03 PM, 25-3-2024/

ĐI CÙNG SÔNG TRÔI

bây chừ Huế khá màu mè
chủ đạo đỏ chót vàng khè khắp nơi
tím hồng xanh dương lục tươi
cầu đêm thanh lịch treo ngươi trông vời

mắt lạc hậu tận cuối trời
xin lỗi cổ hủ khua lời vu vơ
đất vua vật cũ yên mồ
lịch sử giữ dấu lòng sờ tới chi

nhớ con đò thuở đã đi
thương lơ mơ ngọn trăng di động thầm
tấm lưng như tiếc chỗ nằm
báo lên não bộ sinh tâm so hờn

ai hoài cổ, khoái cô đơn
tôi tin đò cũ vẫn còn trên sông
ngọn đèn dầu ánh trăng lồng
có không một bóng mỹ nhân cũng tình

LH- 5h15 AM, 10-5-2023

MỘT ĐÊM TRÊN SÔNG HƯƠNG

dòng sông phẳng như mặt đường
trôi bên hông của phố phường quê em
trăng lưỡi liềm rơi êm đềm
xuống mặt nước ửng phớt lên rẻo vàng

em lơi dầm thở nhẹ nhàng
hương em hương nước tuôn tràn vào tôi
nghiêng mình nửa đứng nửa ngồi
thấy trăng thấy nước thấy trời thấy em

rõ ràng phút chốc tôi quên
lòng tôi đang mở treo lên chuông chùa
đại thần triều Nguyễn, tôi vừa
trở về thời đại quan vua an bình

LH- 7h01 PM 8-3-2023

TÂM QUA CẦU THANH TOÀN

hình như cầu được trùng tu
qua thời xuân chết thiên thu khói mờ
đẹp xưa trong dáng bây giờ
vơi đi cổ kính hư hao thâm trầm

về đâu hồn mắt hương chân
nhân sĩ hào kiệt giai nhân nhiều thời
lưu ly ngói ống nằm phơi
truân chuyên mưa nắng nhịp đời thế gian

"thượng gia hạ kiều" nồng nàn
mọi dòng sống nối bình an trôi hoài
bốn thế kỷ oằn sườn vai
hồn sông núi giữ miệt mài tích xưa

xa vời tâm thức đong đưa
hậu sinh cho ké lời thưa trình lòng
Thanh Toàn cầu ngói, vời trông
chêm câu thơ đáy đục trong bám cầu

LH- 7h50. 09-3-2023

THẬT THƯƠNG CHÙM RỄ CÂY DA

chỗ này phải hỏi bạn ta
anh chị gốc Huế, biết cây đa này ?
quen mặt, chưa nhớ nơi đây
nếu không cầu nước sông đầy vơi kia

lâu rồi, trước cả cách chia
chưa được rờ lại râu ria cây này
cây đa, cây da… tháng ngày
ấu thơ tôi ấm bàn tay leo trèo

rễ thòng như sợi dây treo
tay bám chân đạp đù đeo gió chiều
thật tình chẳng cao bao nhiêu
nghe dưới thân trống như diều lên mây

bình vôi, ông táo… phơi thây
sẵn sàng chực đỡ, nhưng may chưa từng…
một lần rớt ná lận lưng
cái hoang tôi đã chợt ngừng mấy hôm..

kỷ niệm nhỏ, nhắc dễ nhàm
tôi xin giấu lại để làm của riêng
cây đa này chợt có duyên
nhờ hai cháu đứng hiền hiền kế bên

ông làm thơ để lấy hên
quen thêm bè bạn cũng thèm nhớ thương
cây đa chẳng của sông Hương
mà đã là của người thường vốn quen…

LH - 6h47 AM 10-3-2023

Góc Đất Tình
QUẢNG NGÃI

QUẢNG NGÃI
THỜI TÔI MANG SÚNG

đến Quảng Ngãi không qua cầu Trà Khúc
phi cơ đưa khách lạ đến Rừng Lăng
rìa thị xã mở lòng cơn gió nóng
nắng trong veo tiếp nhận nỗi băn khoăn

cũng cây lá tốt xanh chào lạ mắt
dáng dừa nghiêng đang đựng gió vi vu
đất đỏ khô bụi mờ theo chân ngựa
lần đầu ngồi phương tiện mới... ngao du !

đường không nhỏ nhưng lõm lồi sạn đá
dấu chân người trộn lẫn vết xe lăn
nám rỗ nặng dòng máu nuôi cuộc sống
cánh chim bay nhường chỗ cho ruồi đen

*

phố không biết có người vào tạm trú
thị dân xô bồ chẳng cần biết thêm ai
kẻ phá hoại hay góp tay gìn gữi
màu đời vui không vấy máu u hoài ?

khắp đây đó phủ đầy khu phố chợ
màu ô liu từng mảng vá nhân sinh
thêm giọt bụi nhà binh không mời gọi
đã chắc chi hòa nhập bằng chân tình ?

tôi ở đó hững hờ treo chiếc bóng
lững thững về đi bất chợt thất thường
món đồ chơi dành riêng cho tổ quốc
lận trong người mần mống mọc vết thương

*

vườn ruộng rộng lưa thưa ngọn lúa đói
hương tay người, nghèo giọng nói mồ hôi
đất lỗ chỗ dấu mìn bom thầm lặng
đọng cặn nước mưa cam chịu nhìn trời

rừng núi đẹp hoang vu nằm tịch mịch
những sườn đồi khô cỏ đá chơ vơ
con rết phục âm thầm bên rắn kích
chim rừng xanh lạc lõng tiếng ơ hờ

*

đứng giữa suối nước như gương soi mặt
nhận chân tâm quen lạ lẫn lộn nhau
rùng mình vội ngó quanh hoang vắng lạnh
chừng như mây đang quan sát trên đầu

đi và biết mặt mày quê hương đẹp
đi và hay sông núi chở che người
những đá tảng phẳng bằng như giường phản
năm phút gã lưng vui biết còn đời

*

núi Dẹp, núi Ngang, núi Tròn.. xanh nghít (1)
những tên làng tên xóm cùng tên thôn
nhìn mặt giấy ký danh ghi chằng chịt
buộc phải đến thăm những điểm khoanh tròn

qua thắng cảnh hồ nghi hơn bịn rịn
con vật chi kêu đâu đó giật mình
mắt cảnh giác nhòa dần phong cảnh đẹp
lãng mạn tan trong quan sát linh tinh

đang thong thả thường bỗng nhiên bị động
hủy hoại mạng người dễ dàng như chơi
ngắt một đóa hoa đôi khi rờn rợn
nhìn lá ngó cây bất giác nhìn trời

*

Quảng Ngãi quê người bị tôi đến phá
đã tạ lỗi chưa hay chỉ khóc câm
ngày tháng đó dửng dưng chờ hóa kiếp
thần chết ngó lơ chừ nhói tấc lòng

thơ lẩn thẩn buồn lai rai viết miết
tâm sự mòn lảm nhảm dám gởi ai
thân tình vậy đành đoạn di mất hút
nghe xa xưa thoảng vọng tiếng thở dài
7g14 ngày 09-6-2021

TRƯA DÙ VỀ PHỐ UỐNG CÀ PHÊ

nắng trưa về phố rộn ràng
chen người sống ké bình an ít giờ
chân ngựa tranh chân xe thồ
xe nhà binh tấp nập vào vội ra

phố nhỏ co cụm nóc gia
vòng gai dây thép lớp da bọc ngoài
vườn nhà em hoa quả sai
hơi bờ xe nước ngày dài đêm xuôi

người khác xứ, bản thân tôi
ghé vào trọ giúp tay người tự do
lên rừng gặp gió phất phơ
xuống núi tiếp tục lượn lờ ngao du

tình yêu tình mộng lu bù
gom lại thành đống tình ru riêng mình
tôi thờ tôi một thần linh
không có bùa phép ngoài tình trăng hoa

tháng năm già co dùn da
mạch tim nhịp thở phôi pha như người
chỉ có một điểm giống trời
lòng không biết chán cuộc chơi sinh tồn

*

trưa dù về phố giấu lon
ông quan bé xí rất còn trai tơ
uống ly cà phê, ngồi chờ
từ quán Tám Hú, ngó giờ thường xuyên

những em trường nữ dữ, hiền ?
đồng phục trắng nõn đương nhiên hẳn là
những nàng tiên xoa dịu ta
trong giờ bỏ trại tiêu pha nỗi buồn

ly cà phê đen ít đường
thật một hạnh phúc bất thường hôm nay
mai mốt còn trở lại đây
làm sao biết trước đêm này ra sao ?

MANG TÌNH QUẢNG NAM ĐẤP LÒNG QUẢNG NGÃI

ta chẳng phải tay giang hồ tứ chiến
chính xác là dạo vặt những đường hoa
rừng tiếp núi, suối ra sông đổ biển
hứng hay không chân vẫn bước tà tà

thời đã biết yêu thường đi quanh quẩn
theo người si mê đến mọi gần xa
phong cảnh đẹp nhờ em thêm điểm nhấn
vạn vật hữu tình trái tim nhìn ra

chẳng dại không ngu khi ưa khờ khạo
lồng ảnh em vào cùng bóng cỏ hoa
thật sự ngây thơ hơn là ba xạo
làm thơ tán dương lãng mạn đậm đà

*

ai bảo hành quân không là du lịch
phiêu bồng hay không tự ở lòng ta
vượt bao núi xanh ngủ ăn bờ bụi
hương sắc cảnh tình đuổi địch ra xa

ngắm sáng Sa Huỳnh, nhìn chiều Thạch Bích
Nghĩa Hành hôn em chùng lén sau nhà
cảnh đã cứu em lẫn ta đổ ngã
thân áp thân không tì nát nhụy hoa

lững thững đến đâu lòng ta vẫn đựng
cành nhánh quê hương bóng dáng đàn bà
vắng mặt Chúa Trời cổ ta đeo Phật
xóa giúp nỗi buồn vô cớ thoáng qua

*

thân áo giáp nhưng đầu mũ vải
Đức Hải, Rừng Lăng, Mộ Đức, Thu Xà…
những địa danh nằm trong vòng vẽ
kể hết được sao những nơi đã qua ?

mang tình Quảng Nam đắp lòng Quảng Ngãi
đổ máu mấy lần chưa đủ loại ba
Anh Hùng Vô Danh đợi ta đâu đó
chuẩn bị sẵn sàng phải chết đó nha !

đừng chơi xấu ta cái trò thương tật
mất chữ Anh Hùng chỉ được huy chương
lạ kỳ ghê chưa đang đi đánh đấm
mà viết chi đâu… diềm báo tin buồn ?

LANG THANG VÀO TRƯỜNG TRẦN QUỐC TUẤN QUẢNG NGÃI

theo Đinh Văn Quí tôi vào
Trần Quốc Tuấn chẳng dám chào hỏi ai
sân trường ngã bóng tôi dài
bước giày sault nặng u hoài phân vân
vào trường mong kiếm mỹ nhân
nhìn ai cũng chẳng nợ nần với thơ

theo Đynh Hoàng Sa tôi vào
trường này mấy bận vẫn ngơ ngác nhìn
em xinh, nhiều lắm em xinh
mà chừng như đã hai mình hết trơn
lòng tôi theo mắt chờn vờn
sân trường áo trắng giữ hồn thanh xuân

có hôm lười bỏ hành quân
một mình lững thững vào lùng dáng thơ
bác cai lịch sự cười chào
hỏi khéo "thầy gặp thầy nào ở đây ?"
(vâng ta cũng một ông thầy
thứ thiệt rừng núi sình lầy chính tông)

tuy không ngọng cũng buồn lòng
nói dối một chặp lòng vòng rồi ra
trường này chưa bén rễ ta
hình như có đám quỉ ma lén cười
khi vào phơi phới niềm vui
lúc ra nặng những bùi ngùi bâng khâng

ta như chưa đủ phong trần
lính trận đọng nét cù lần thư sinh
colt gọn túi quần nhà binh
mai hoa nắp túi áo rình đen thui
nhìn ta ngỡ sắp thành người
cõi trên đi lạc tìm vui chốn trần

ai dè nắng giữa thinh không
sáng lên một gã quân nhân thất thường
câu thơ bụi hết nằm suôn
vào "Miền Trú Ẩn Hoang Đường" mất tiêu
tìm địch quân lì ra chiêu
tìm hồn thơ chẳng dám liều bỗng nên

KHI Ở TRÙNG KHÁNH, 43 PHAN BỘI CHÂU QUẢNG NGÃI

căn phòng nhỏ bốn thằng thuê ở
ông chủ Tàu buồn thầm thở ra
khu giáo chức bỗng chen chân lính
mà lính chơi súng ngắn, đúng là…

*

ngày mới đến xế trưa nắng quái
cửa cổng im không khóa bên ngoài
tìm không thấy chuông đâu để gọi
ngó lòng vòng quán kế không ai

địa chỉ đúng, 43 ghi rõ
đường Phan Bội Châu thoáng vô cùng
Đồng thuê giúp phòng kề đợi sẵn (1)
hôm nay vào mở thế giới chung

*

phòng một cửa cùng một cửa sổ
hai bên chung tường, được ghi số 2
không cần biết bao nhiêu diện tích
có chỗ ngồi nằm vui vẻ lai rai

chìa khóa cửa Đồng đưa dài nặng
mở cửa ra đứng đợi vài giây
hơi nóng hầm bốc mùi lạ lạ
đời anh hùng bắt đầu nơi đây

Tùng, Pháp, Lộc cười cười nói nói
ta nín thinh ra vẻ trầm tư
là chủ chốt nên hơi ái ngại
may ít giây sau cũng cười trừ

*

trễ nửa tháng, vội vàng trình diện
luật nhà binh đâu dễ du di
đầu đêm nhận quân, khuya mở trận
chạng vạng hôm sau Lộc đã "đi" (2)

thật bất ngờ kéo luôn Tùng, Pháp
đổi KBC gần như cấp kỳ (3)
ta ở lại khóa phòng lên trại
ngớ ngẩn ít ngày, buồn ích chi !

*

giữa cô đơn bỗng nhiên có bạn
Nghiêu Đề về, tiếp đến Vương Thanh (4)
tổ tam tam = hai thằng lựu đạn
họa sĩ nhà văn chung một anh

đời mang súng dần dần có hứng
không bắn ai, cảm thấy anh hùng
rủi "rách áo" bỗng thành chuyện nhỏ
bù lại, bụi đời sáng giá hung !

*

ta trở lại trò chơi xúi giục
làm báo, in thơ… bè bạn chịu liền
nơi Trùng Khánh, 43, ta ở
ấm thân tình vui một cõi riêng

thời gian đó, những lần về đó
ta ăn cơm Bắc Hải, Bắc Sơn (5)
uống chanh đường, cà phê Tám Hú (5)
ngồi xe lam, xe ngựa quá quen

những chuyện khác lăng nhăng khó kể
phiền câu thơ toan tính lách hoài
thơ là kể cái tâm sự việc
có vía có hồn tùy theo tài

*

ơi chỗ ở 43 Trùng Khánh
chừ ra sao, Quảng Ngãi lớn rồi
người ta biết, người biết ta, còn mấy ?
cảm ơn tình, sông núi dưỡng nuôi

tôi chân thật vần văn hồi ký
về một thời còn đủ nguyên tôi
nơi Thi Phổ, nơi Núi Vàng, không nhớ (6)
tôi cũng muốn quên, chắc phải hết đời.

LH 15h40 28-6-2024

1. Đồng, tên thật của nhà thơ Hà Nguyên Thạch, dạy trường Nữ Trung Học Quảng Ngãi
2. Chuẩn úy Trần Mỹ Lộc hy sinh sau 7 giờ hành quân lần đầu tiên tại Xuân Phổ.
3. KBC khu bưu chính, hộp thư của từng đơn vị quân đội VNCH
4. Vương Thanh, nhà văn tác giả tập truyện Khu Rừng Mùa Xuân, trung úy trưởng đảo Lý Sơn Quảng Ngãi
5. Tên các quán ăn, quán giải khát quen thuộc một thời của QN.
6.Thi phổ, địa danh bị thương sau cùng, và nơi điều trị, bệnh viện dã chiến của người Mỹ trên núi Vàng tại Đức Phổ,

TRÙNG KHÁNH 43 PHAN BỘI CHÂU QUẢNG NGÃI
trước: Trần Thuật Ngữ, Khắc Minh , Nghiêu Đề
sau: Hà Nguyên Thạch, Luân Hoán, thầy Trí

MỘT NƠI NÀO ĐÓ TRONG VÙNG SA HUỲNH QUẢNG NGÃI

dừng quân trong khoảnh khắc
cho lính bố trí xong
lững thững tìm chỗ tựa
lưng ngồi gần bờ sông

lưng chừng chiều, nắng chói
vi vu gió bay đầy
nhắm mở mắt lãng đãng
thả lỏng hồn theo tay

chợt thấy dạng người tới
liếc mắt năm sáu sư
đầu chân trần bình bát
một hàng dọc từ từ

các thầy không cách khoảng
ai bắn xuyên táo đâu
bình an gần lãng mạn
giữa xôi đậu loạn ngầu

tôi kính cẩn quan sát
mắt nhìn lòng lắng nghe
không hoài nghi bình bát
không chừng chết khỏe re

*

con đường sát dòng nước
khi các thầy ngang qua
nắng xô bóng ngã xuống
nghiêng nghiêng trôi thướt tha

một khoảnh khắc kỳ diệu
thanh bình trong lòng tôi
buổi chiều chính thức đẹp
ít phút đời tuyệt vời

khi bóng lưng cuối, khuất
tưởng như nhẹ cả người
muốn mở bản đồ đọc
nhưng vẫn yên lặng ngồi

*

nơi đây là đâu nhỉ
trên đất gọi Sa Huỳnh
Quảng Ngãi đẹp vậy đó
rợn da gà rùng mình

thật cực kỳ trái ngược
nhưng chẳng mâu thuẫn gì
tôi đang là người lính
cũng là người từ bi

LH

ĐỨC PHỤNG LIỀN ĐỨC HẢI MẶT TRẬN GIỮA LÀNG DÂN

từ Văn Bân, Núi Dẹp
được lệnh vội dẫn quân
thay chân đại đội bạn
đóng chốt nằm một tuần

nhiệm vụ này không lạ
đã thực thi vài lần
chốt đóng trên cát biển
dịp thay gió, tịnh tâm

tiếp quản chỉ chuyện nhỏ
chuyển quân không hành quân
dù làng là mặt trận
nhiều cơ hội hóa thân

*

mục tiêu đầu Đức Phụng
bộ mặt xã thanh bình
còn cây xanh tầm thấp
mái tranh chen hữu tình

lối mòn nhìn rõ đất
ẩn hiện chùm lá thưa
cánh cò bay đơn lẻ
vẻ an bình đánh lừa

không di chuyển hàng một
so le lội hàng ngang
đạp đầu cỏ uá ngún
hâm hẩm lửa lụi tàn

ta sờ chừng đuôi súng
nhớ "cánh đồng bao la"
dáng chàng Gregory Peck
ngựa phi, đường đạn qua

*

chưa hề đụng phục kích
quang đãng trời nắng chang
vẫn mục kích cái chết
qua tiếng mìn nổ vang

điểm hẹn bạn đã rút
nhường lại bãi cát khô
tùy nghi nằm tùy hứng
không nương bóng poncho

ngày ngày vào xóm lá
thưa thớt mươi chòi che
dân bám đất bám biển
thi hành lệnh răn đe

*

nơi đây Nguyễn Nam chết
khi thay ta một lần
nhớ bài thơ vụng tiễn
thương đồng đội thế thân

và lần ngồi với Lập
ghe trống nói tầm phào
hít dồn dập thuốc lá
tối nhịn thèm đếm sao

thởi lính chiến nhàn rỗi
hành quân chuyện thường tình
rồi ta bỗng bị loại
không có chi thình lình

khi tập đi chân giả
nhận tin Lập tử thương
không đến nỗi rớt nạng
nhưng sao buồn thật bồn

LH-10h51 AM 01-7-2024

khoảng 4 giờ chiều
Lập cùng khóa 24 | bắc di cư, đã tử trận.

RỚT GIỌT MÁU MÀ NHỚ CHI NHỚ MIẾT

tôi tham chiến liền sau khi tốt nghiệp
cũng đàng hoàng hết khóa học chỉ huy
ra cầm quân tập thêm vốn gan lì
thật chưa kịp đủ chì bao nhiêu lắm

dính mảnh đạn vài lần cho em ngắm
hâm chín ngày tái khám mấy lần thôi
mặt trận tôi chơi, xứ địch đông người
và hầu hết người dân đều nhảy núi

tôi thuộc loại cảm thông người bất tử
nên nhiều khi lúng túng bị phản đòn
kể như ở hiền không được lên lon
mà bị loại chưa thâm niên chi mấy

người có số, mạng tôi chưa dễ gãy
"giải phóng miền nam" ký phép cho về
thật hú hồn cô vợ hiền không chê
đi cà thọt nhưng bảo toàn mạng sống

*

đời mạch lạc cũng từ từ xanh mộng
bắt đầu thong dong trả bữa gian nan
vợ một con cùng chắp cánh lang thang
học "biết đủ quả đúng là biết đủ"

con chưa khôn sớm dẫn về chốn cũ
huych toẹt nơi này chỉ chỏ nơi kia
chỗ sống chính qui, chỗ hiện diện chầu rìa
qua một thuở có một thời kỳ diệu

trên đất này, phố quê luôn đồng điệu
thở trường kỳ thường trực khói chiến tranh
ơi kẹo gương đường phổi xứ hiền lành
đất của mía thảo nào thơm hương mật

rất tình cờ góp máu mình cho đất
buồn cùng vui không đẹp cảnh thiên nhiên
nơi danh lam thi vị hóa cõi tiên
nghe ca ngợi chắc ít nhiều có thật

*

xin bổ túc những nơi tôi phơ phất
nhẹ chân giày lòng không bận bắn ai
cũng thắng cảnh danh lam nào có sai
dù không phải Long Đầu Hí Thủy

cũng chẳng Thiên Bút Phê Vân kỳ vĩ
chỉ chính là nơi thấm máu hai phe
những địa danh này lịch sử có chê
tôi vẫn giữ thơm góc đời kỷ niệm

những Trà Bồng, Ba Tơ, Sơn Tịnh
Sơn Mỹ, Nghĩa Hành, Mộ Đức, Bình Sơn…
gọi thầm tên dù nhớ lộn hồn
thời gian ngắn, mừng đã đi hết được

*

ghé thăm lại, năm-mươi-ba năm trước
tôi cùng con thuê xe ngựa dạo chơi
mỗi bước ngựa đi rộn rã một thời
luôn giải thích tưởng như con hiểu biết

nao nức chi đâu khờ mà vui thiệt
nhưng mà thôi mọi chuyện đã qua rồi
câu văn vần hồi ký chợt hết hơi
ngại viết tiếp, nhiều ý tình lộn xộn

chữ không khéo để lại đời lợn cợn
rủi ai xem bực tức có vui gì
cũng hơi dài, thôi chấm dứt trớt đi
chuyện dĩ vãng kể nhiều thành nói nhãm

chân lý này bảo lưu hay phá sản ?
Quảng Ngãi rồi cũng sẽ ghét cái ta
như Quảng Nam tình đất thịt ruột rà
"sống như chết hóa ra là như vậy !"
19h15, 01-7-2024

* Long Đầu Hí Thủy (rồng đang đùa với nước, tên do Tây Minh Hầu Nguyễn Cư Trinh đặt; tên thật núi Long Sơn thuộc Sơn Tịnh,ntả ngạn sông Trà Khúc - một cảnh đẹp trong sách sử Quảng Ngãi.
* Thiên Bút Phê Vân (núi viết lên mây), núi thuộc Chương Nghĩa, ngay trong lòng thành phố QNg, Đại Am Nguyễn Cư Trinh từng đề thơ năm 1750)
Hai nơi này tôi đều đến

Xe ngựa dừng trước trường trung học Trần Quốc Tuấn QNgãi - 1971

Góc Đất Tình
SÀI GÒN

TRANG THƠ CHÉP TAY
Ở 22 LÊ LỢI SG, NHÀ CHỊ CẢ

thương quá sức nhúm thơ ngày xa cũ
từng ngụy trang nắn nót lén đem đi
những con kiến ngậm đuôi nhau nằm thở
chừng đang run đợi giờ phút chia ly

*

thời buổi ấy ta ngồi trên tầng một
mặc dưới kia thực khách đến rồi đi
tay vội vã mắt láo liêng thế thủ
nhìn cửa lên sợ chuyện trọng đại gì

thơ thời sự cuộc đời chợt thay đổi
gần mười năm hơi hám hãi hùng quen
hồi hộp mong trò chơi mình trót lọt
lâu nay tập gian, lòng chưa dễ thăng bằng

đi là hết không mong chi trở lại
đất quê mình nhà cửa ruộng vườn ơi
những đường phố những lối mòn nội ngoại
những cõi quân hành thấm máu của ta ơi

gọi đủ thứ trong tâm muôn hình ảnh
mỗi lung linh như thể một hồn người
mộ cha mẹ anh em bà con ruột thịt
hiển hiện lên trong vài thoáng ngậm ngùi

thơ mang theo trong hành trang ít ỏi
mà rõ là nặng quá nỗi ưu tư
liều mạng dại mất tự do tất cả
của vợ con, mở cánh cửa ngục tù

lòng đã quyết chữ ơi ôm lấy giấy
hồn mươi năm chọn một ít nổi trôi
xin linh hiển những oan hồn khuất mặt
phù hộ ta trở ngược lại chuyện đổi đời

*

tờ giấy cũ chữ xưa ta can đảm
chợt tìm ra thản thốt ngồi im nhìn
mắt kính lảo còn nhìn còn chưa được rõ
may phước nhờ những nhịp đập trái tim

LH-2h44 AM , khuya 29 chưa rạng 30-6-2024

Nhà văn Minh Quân ghé thăm năm 2002

VỀ LÊ LỢI QUẬN 1 SÀI GÒN

về thăm thành phố đông
chợt nghe lòng trống vắng
gió chôn lòng mênh mông
vừa buồn vừa lo lắng

vóc người dáng thân quen
mặt mày toàn lạ hoắc
đương nhiên là vậy rồi
có chi đáng thắc mắc

nhà phố cao nhiều hơn
phồn hoa quên giả tạo
nên càng thấy cô đơn
thấy mình thành thái cổ

nhìn hạnh phúc đám đông
qua xe, qua quần áo
đâu dễ ngó tấm lòng
dù phố là trang báo

*

tôi vốn giàu lạc quan
không dễ đổi thái độ
ngồi quán ngó bàng quan
có không ít quá lố

chợt bỗng nghĩ về mình
còn nguyên ràng buộc cũ
cũng không mất khai sinh
mất sơ cái quốc tịch

vị khách rất nhà quê
nói, nghe thật sành sỏi
chơi chữ khá nhà nghề
có điều không ai nhận

về thắp hương rồi đi
anh chị đều quá vãng
ngó thương-xá thấy gì
ơi tháng ngày lãng mạn

*

nhớ tôi, lê lợi thời
lui tới lê văn duyệt
qua lại hai bà trưng
không chịu mòn mắt liếc

nhớ tôi, sài gòn xưa
đã mờ mờ cái bóng
chừ càng giống nắng mưa
không chỗ làm bồ hóng

đi quốc tịch Việt Nam
về đã Gia Nã Đại
có buồn cũng có vui
sao ngậm ngùi ứa lệ

20g07. 01-12-2021
(nhớ lần về thăm duy nhất năm 2002)

VỀ VIỆT NAM ĂN TẾT

và hôm nay tôi có lần thứ hai
rất bình tĩnh khi về thăm đất nước
so chuyến trước lần đi này đáng được
mang chính danh gọi đúng nghĩa về thăm
thăm những gì sắp lớp nhớ trong lòng
cùng những cái nay chỉ còn hoài niệm

*

rời phi cảng, hiểu mình đang hiện diện
giữa thân tình trời đất thủ đô xưa
trời hôm nay nắng yếu ẩm hương mưa
mây hạ xuống hôn đầu tôi phơi tóc

một cơn gió vẩn vơ đang mời mọc
đôi mắt tôi dòm ngó những đổi thay
phố người đông tranh sống cùng cỏ cây
choán cả chỗ niềm vui tôi lấn đậu

nhìn bốn phía phố hè đầy quán nhậu
rượu bia hơi trà đá lẫn cà phê
khói thuốc đè tức ngực mắt cay xè
chưa kịp dụi đụng đầu em đứng vẫy

đời ồ ạt xô nhau vào điệu nhảy
xả tinh trùng như đẳng cấp hình xâm
một cái nhìn sơ ý đủ mạng vong
tiền như rác tiền cũng là thần thánh

*

giữa phố cũ rùng mình se se lạnh
thuê xe về phòng trọ ngủ lơ mơ
Sài Gòn lột da biến dạng xô bồ
mất tên gọi như tiên tri đoán đúng

những ấm ức lâu nay không đứng vững
chính danh thay ! cái tên gọi thành Hồ !
những chút gì thật quí phái thanh cao
đã xa khuất cùng mỹ danh thân ái

vỡ ra lẽ, lòng vui thư thái lại
sẽ về đâu thăm viếng những nơi đâu
Hà Nội chưa ra nhưng đã ngộ sắc màu
từ thành phố reo vui thanh giọng Bắc

lên Đà Lạt xuống Vũng Tàu tập nhậu
bạn bè không thân thích cũng trắng tay
về Hội An Đà Nẵng ngó mây bay
hồn Non Nước Sơn Chà còn lảng vảng

lòng bèo bọt giọt thơ tình lãng mạn
đong mấy dòng đủ lấy thảo tìm em
bốn chiếc cầu khó thay cánh tay mềm
em một thuở sang sông đò, phà nổi

nhớ bạn mới quen tên thèm được tới
vướng ngại ngần cố tật vụng xã giao
đứng trước gương tập vội ít câu chào
tự ngượng quá thôi cam đành thất lễ

*

đêm đi chậm ngày qua nhanh tháng chạp
đã sắp đưa gia đình táo về trời
chút bần thần khi chợt nhớ lại tôi
sớm ao ước một chuyến về như vậy

tưởng mệnh yểu hóa ra không dễ gãy
thân phù hư đã vượt trội lượng trời
hẳn nhờ điều đã biết sống như chơi
chừ còn được bao lâu không cần biết

mươi bữa nữa sẽ đến ngày nghênh Tết
chẳng đi đâu, tiếp tục làm thơ chăng ?
tán tỉnh ai thời lạng quạng gió trăng
cố đến mấy chẳng gì hay ho nữa

thơ quê hương càng như tuồng tắt lửa
những tàn tro âm ấm thở qua loa
nhan sắc núi sông hồn vía quê nhà
nắn nót mấy để vẹn toàn lãnh thổ ?

*

cúi mặt xuống buồn dâng ngang nghẹn cổ
Bính Dậu năm nay được ăn tết quê nhà
nhìn mấy thằng em không khỏi xót xa
học thành đạt cũng ngồi nhà phụ vợ

lao động vinh quang ngôi đầu gian khổ
ba thằng em đủ một tổ anh hùng
đất cưu mang mà đời thiếu bao dung
chỉ một lẽ cuộc tôi giàu chữ Ngụy

hụt tử trận để trở thành tử sĩ
thân ra đi lòng luôn ở quê nhà
cúng luôn rồi đất hương hỏa ông cha
ngày mai chết ai dám cho đất táng

cùn lý trí bàn tay khô lạng quạng
bứt sợi lông vùi vào cõi núi sông
để yên lòng vĩnh viễn phải lưu vong
khỏi nhớ tết khỏi ngậm ngùi thương nhớ

*

gói trong thơ thân tình phơi ra gió
ai về ngang ngửi phải có tương tư
tôi bây chừ như thể một ông từ
ngồi trong chái thi ca lòng ngái ngủ
mọi chuyến đi đều nằm trong giả dụ
tháng 01.2017

Chùa Cầu Hội An
(Lai Viễn Kiều)

NẾU TÔI ĐANG Ở SÀI GÒN

ví như đang ở Sài Gòn
lúc em Vũ Hán tìm hôn từng người
linh động tôi xử lý tôi
tế nhị hợp lý thuận thời cùng dân:

ở nhà đỡ khỏi mỏi chân
sáng dậy thanh thản mặc quần áo vô
ra sân hít thở rồi vào
soi gương xem thử có hao hụt gì

rít hơi thuốc nhai sợi mì
không cần trụng nước nóng chi tốn giờ
miệng nhai đầu ngẫm nghĩ thơ
viết ra hết ý trời vào hoàng hôn

thắp nhang thay đèn trấn lòng
không sợ chi nữa giặc trong giặc ngoài
quyền cước đôi đường vươn vai
lại cởi quần áo nằm dài suy tư

*

mừng bộ đội đang tiếp thu
gánh nửa nội trợ y như người nhà
phen này mong chị em ta
có người chấm được bạn xa thành gần

nếu may có nữ quân nhân
tôi sẽ tranh thủ tìm phân nửa mình
tối tăm mấy cũng bình minh
Sài Gòn phải sáng lung linh như thời...
"Ça va bien aller !" thôi
6g15, ngày 28-8-2021

QUÀ TỪ SÀI GÒN

niềm vui thường có bất ngờ
trên trời rớt xuống tình cờ tặng tôi
mớm tình vui thêm yêu đời
cuộc chơi chữ nghĩa tuyệt vời hẳn ra

đẩy đàng sau sự tà tà
hào hứng nhúc nhích về nhà phố xưa
trình làng đôi chút nắng mưa
tôi được hội nhập se sua xứ người

mừng quê nhà vẫn đông vui
bạn bè cũ mới rót cười đầy ly
tôi, hắn được ngắm tứ chi
mặt mũi râu tóc người đi bụi hoài

được ké một góc hẳn hoi
trong lòng tạp chí gà nòi văn chương
Quán Văn, nơi khách thập phương
chuyện hoang đường chuyện đời thường trộn chung

*
hôm nay thêm một vui mừng
cầm trên tay chỗ ung dung có mình
nhìn chữ mà thấy ra hình
thấy luôn được cả cái tình thơ văn

cảm ơn khách sáo, chi bằng
cầu chúc bè bạn giữ trăng sáng đều
câu ba hoa tôi hơi nghèo
dám mong thành rượu rót đều chị, anh...
LH - 5h15 AM
++
- cảm ơn nhà văn Nguyên Minh, Giáo sư Hoàng Kim Oanh
và chị Mai, người đã mang quà về giúp.
- đa tạ quí anh chị, viết và đọc QV số 93.

QUÁN VĂN
Số 93 • 01 • 2023
NHÀ XUẤT BẢN HỘI NHÀ VĂN
11 04 2023 05 58

QUÁN VĂN
93 - Tháng 01 - 2023
CHÂN DUNG VĂN HỌC
Nhà thơ LUÂN HOÁN

Góc Đất Tình QUẢNG NAM và những địa danh khác

VĨNH ĐIỆN, QUÊ NGOẠI

kính tặng quí con dân đất La Qua Vĩnh Điện
như một lời tạ lỗi.

tôi là cháu ngoại La Qua
của đất Vĩnh Điện mượt mà Quảng Nam
vùng đất còn thành bỏ hoang (1)
đủ những nét đẹp của làng, xóm, thôn

nhà ngoại tôi dựng trên cồn
lớn hơn tảng đá méo tròn có chung
quanh co đường ruộng độ chừng
năm phút đầy, sáu phút lưng, gặp liền

đường nhựa mặt đã nghiêng nghiêng
lối xuống Cửa Đại về miền Hội An
nhà ngoại gần ngã ba đàng
bụi đất theo gió Hà Lam thổi về

ngã ba này rộng, không lề
cây thấp ánh nắng không hề nương tay
chị, con dì tôi ở đây
chủ cái quán cóc cả ngày ruồi bay

*

chị tên Dần, rậm lông mày
đẹp như một nữ dân Tây xuề xoa
từ nhà chị ngó rộng ra
nhà Hồ Luân thấy ngỡ là trước sân

có nhà cụ Trần Cao Vân
từng được ai chỉ một lần, đúng, sai ?
và gần lộ, mộ cụ dài
bia cao phơi nắng mưa phai chữ dần...

*

Thanh Quýt thời chưa hung thần
bắn sẻ - tôi vẫn vui chân về hoài
hồi đó chưa được quen ai
Mỹ, Long, Luân, Bửu... còn ngoài biệt tăm

khi Bích Ni rũ về nằm
lững lự nên mất dịp cầm phấn chơi
Vĩnh Điện thiếu hấp dẫn tôi
Thân Ngọc Thoan cũng của người bạn mơ

rồi thân được vài bạn thơ
họ cũng bỏ đất đi mô hết rồi
cả ông thơ nhạc đủ đôi
biết tên chưa kịp chia mồi cụng ly

*

sau mẹ mất, Sa Mạc đi
chạy ngang Vĩnh Điện nhiều khi không dừng
tôi vô ơn tôi lạnh lùng
mất mẹ quê ngoại bỗng dưng nhạt nhòa

tôi quên mùi mít, hương hoa
hay cố lẫn trốn xót xa mơ hồ
dòng tình từ nguồn ca dao
vơi dần như tự tôi đào thải tôi

*

lâu nay hí hửng làm người
chắc cần xem lại, tôi người ra sao ?
trên đầu vẫn đó trời cao
đất dưới chân ở nơi nào cũng linh

xin cho tôi nhớ chân tình
đừng quên nội ngoại của mình xưa xa
những lú lẫn thuở về già
không đủ khuất lấp thiết tha nhói lòng

nhớ người là nhớ núi sông
mỗi người quen mỗi nhánh, dòng thơ tôi
niềm vui thường trộn ngậm ngùi
già đời giữ mãi những hơi tình buồn

*

tạ La Qua Vĩnh Điện thương
nơi luôn rộng mở con đường về chung
lỗi tại lòng mãi ngập ngừng
kịp đã đến lúc đôi chân qụy rồi

mượn thơ tạ tội khơi khơi
run lòng xấu hổ vụng lời phân bua
chữ chưa nói hết đã thừa
những gian dối giỏi đẩy đưa lộ rồi

ai giỏi giải phẩu lòng tôi
mời em quê ngoại lên lời dìu cho
tôi thật tình không giả đò
bởi không còn kịp đắn đo chuyện gì

cả đời chưa gặp cậu dì
ông bà ngoại thấy trong di ảnh thờ
Vĩnh Điện chưa thể mơ hồ
nhưng tôi quả thật nghi ngờ trí tôi
5g 00 - 20-9-2020

NHỮNG LẦN ĐẾN VỚI TAM KỲ

Lần đầu tiên

từ Tiên Phước xuống Tam Kỳ
đi theo má, chị, con dì: Ba, Bông
một lần, công an một ông
cho phép ngồi sát "guidon" nửa ngày

ngồi nghiêng, mông đau, mỏi tay
xe đạp ngang nhảy cùng bay, hết hồn
trong cái sợ ló cái khôn ?
lá gan cũng lớn nhiều hơn rõ ràng

*

Tiên Phước, Tam Kỳ thẳng đàng
tôi nhớ vậy, chẳng phải ngang chỗ nào
mấy chuyến từ cõi non cao
xuống núi tôi không ước ao điều gì

má sai, theo chị, thì đi
có tôi beo cọp có khi sợ người ?
đi theo nhiều lúc không vui
chị lo sải bước kéo tôi chạy hoài

vấp đá, dẫm sạn, đạp gai
gần như chốc chốc phủi hoài bàn chân
lạ kỳ nhờ đó thấy gần
Tam Kỳ trước mặt có phần vui hơn.

Lần Thứ Hai

lần hai núi xuống Tam Kỳ
hơi lờ mờ biết chút gì nơi đây
có một con đường nhựa trầy
những vết sướt nứt phơi bày sạn trơ

lú nhú cỏ xanh cỏ khô
gần nhau từng cụm sống hờ hững bên
lề đường gió bay bụi lên
nắng mưa tồn tại lâu bền nhẩn nha

tôi cũng gặp một ngã ba
vắng tanh hút mắt nhìn xa chập chờn
hơi nắng hơi gió như đơm
cái bông trong suốt nở tròn lắt lay

anh rể vừa dọn vào đây
làm dép râu bán cùng giày trẻ con
anh chưng bộ da cọp còn
tanh tanh mùi thật kinh hồn ghê ghê

anh vốn là tay lành nghề
đo chân tôi làm chỉnh tề sandale
giá cắt cổ nhưng ngon lành
má tôi bảo vậy, cười thành tiếng luôn

Tam Kỳ trở nên dễ thương
trong tôi từ đó mến luôn tới chừ

Lần Thứ Ba

lần đến Tam Kỳ thứ ba
tập đi du học xa nhà, không lâu
trọ trong gia đình người tàu
ăn cơm tháng quán có lầu, bà Hai

không ngồi chung bàn với ai
kề bàn quận trưởng, thấy oai cùng mình
ông ngó, tôi dị, làm thinh
tôi nhìn, ông chắc vô tình cười tươi

ở ăn chừng được tháng trời
gắng thăm nhiều phố vắng người, nổi danh
"Ngã ba Hen" không được thanh
tên lạ, vui bước tành tành lướt ngang

Chợ Chiều, Chợ Mai…không ham
tìm chi, thôi khỏi lang thang mệt người
con trai mới lớn đổ lười
phố hơi thưa vắng biết cười với ai

hồi ở Tiên Phước uống hoài
đọt chè xanh mỗi sáng mai sắp ghiền
uống trà Mai Hạc là thiền
ngẫm chưa đủ tuổi làm tiên, phí đời

ai đãi thì sẽ uống chơi
bằng không ngó cửa tiệm rồi đi luôn
Tam Kỳ thị trấn của buồn
cũng may ba má nhớ thương gọi về

Lần Thứ Tư

lần ghé này, không ngẫu nhiên
thăm phố cùng với bạn hiền thật vui
bạn tôi ít nói hay cười
làm thơ quả thật tuyệt vời hơn tôi

biết tôi thơ thẩn dở hơi
thường hay dính đến những người sắc nhan
bạn giới thiệu một cô nàng
tôi run vừa đủ mơ màng mấy đêm

trong thơ tôi từng ghi tên
thật tình nhớ ít hơn quên, bình thường
Tam Kỳ thời này ít buồn
tôi thăm bận ấy đi luôn tới thời…

Lần Thứ Năm

thời nói trên chính là hồi
hành quân liên kết nửa vui nửa buồn
đụng trận lớn không bị thương
gặp quan thiết giáp cùng trường lớp xưa

hắn dặn dò ngỡ như đùa:
"mày chạy, tao đón, sẽ đưa rút dù"
nhớ thời đó, không là thu
lá rừng vẫn rụng trong mù đạn reo

trên lưng chừng núi tôi trèo
gặp nhiều chỗ họp hội treo lòng thòng
lá ngụy trang che rất khôn
cũng thừa nghệ thuật trong lòng núi cao

bò lên cao nữa, dàn chào
AK khai hỏa thật giao tranh rồi
mỗi trận đánh mỗi tuyệt vời
khác nhau từ vã mồ hôi, máu người

đang thắng thế, lệnh rút lui
hành quân nhiều lúc dở hơi, bực mình
nằm rìa Tam Kỳ, dưỡng binh
nhớ gần đầy đủ ảnh hình xa xưa

mưa nắng tiếp tục nắng mưa
Tam Kỳ còn đón còn đưa nhiều lần
tôi đi ngang không dừng chân
ngó mông lung lòng bâng khuâng bồi hồi

LH-16h06, 08-6-2024

ĐÀ LẠT KHI TƯỞNG TƯỢNG

khi bạn Phùng Kim Chú (1)
in tập "Hăm Tám Sao"
cùng anh Trần Xuân Dũng
làm ta thêm ghiền thơ

bạn ta thời kỳ đó
tá túc xứ sương mù
đã mấy lần cù rũ
ta lên thăm mùa thu

mùa thu có gì lạ
nơi Đà Lạt đất đồi
nơi Đà Lạt đất suối
nơi Đà Lạt thưa người ?

lơ mơ biết Đà Lạt
xứ lạnh của Việt Nam
nổi tiếng thời Pháp thuộc
có dinh thự vua quan

*

chưa thăm hình dung thử:
sương mù bọc kín trời
nằm ngồi thở hơi lạnh
đi đứng run từng hồi

đồi thông nối cỏ biếc
đậm đà dã quì vàng
hồ bốc hơi than thở
người thầm lặng mơ màng

Đà Lạt vốn đã đẹp
mùa thu hẳn đẹp hơn
lung linh đầy huyền ảo
bên nhau vẫn cô đơn

cà phê nơi quán cóc
có nhạc theo yêu cầu
không nhạc nồng khói thuốc
tuổi trẻ thích nuôi râu

thanh niên thời trốn lính
binh sĩ về phép ngồi
Đà Lạt nơi dưỡng sức
không hẳn dạo thăm chơi

*

tưởng tượng sơ chừng đó
ngỡ đã làm được thơ
thật ra khó rất khó
nếu không có em nào

chịu cho chút thương nhớ
chịu tặng ít mộng mơ
đọc suông hay nghe nói
viết nhạt hơn mưa rào

Đà Lạt thêm danh gọi
là xứ sở hoa đào
giả dụ được ở đó
hẳn ta đã đào hoa

Đà Lạt ta lỡ hẹn
một khóa học chiến tranh
rất may kịp vớt vát
vội vã hiệp khách hành

*

viết vẽ về một góc
nào đó của quê hương
nếu thiếu chút kỷ niệm
xác chữ trơ tầm thường

Đà Lạt đi vào nhạc
nhiều bài nghe đã đời
nhưng phần đông nhờ nhạc
hơn hẳn ý ra lời.

bài này cũng gượng ép
viết để nhớ bạn hiền
đợi ta ở Place
chừ cũng đã qui tiên

1- nhà thơ Phùng Kim Chú bị tai nạn giao thông và qua đời lúc 12giờ 32 ngày 19-6-2006 tại Virginia Hoa Kỳ (1940-2006)
Nhà thơ Trần Xuân Dũng, sinh năm 1939, bác sĩ, y sĩ trưởng tiểu đoàn 4 Thủy Quân Lục Chiến, định cư tại Úc qua đời ngày 30 tháng 5 năm 2023

BẤT NGỜ ĐƯỢC THĂM ĐÀ LẠT

Đà Lạt thành phố đáng yêu
khởi hành sáng sớm xế chiều tới nơi
yamaha-dame hết hơi
dù đường nhiều chặng nghỉ ngơi đàng hoàng

*

kiểu đi của dân thanh nhàn
thường vô mục đích lang thang ngó nhìn

quê hương đất nước lung linh
thơm hồn dân tộc giàu tình nhân gian
lù khù cà rịch cà tang
hai thằng tâm quyết học sang: phiêu bồng

*

bám theo mặt trời hừng đông
nhập quốc lộ 1 hướng dòng Dầu Giây
tà tà mặt nhựa, bóng mây
chạy theo che bớt nắng đầy vai ngang

quốc lộ 20 mở đàng
đường trường tự tại bình an thở cùng
gió bay nhúm tóc rung rung
tai đựng ngàn thứ lùng bùng âm thanh

*

Định Quán thị trấn yên lành
đất Đồng Nai ngát màu xanh hiền hòa
xem chừng Bảo Lộc còn xa
dừng thêm xăng nhớt qua loa "tay-cầm"

thịt nguội kèm mùi dăm bông
khựng ngang cuống cổ nồng nồng, bỏ ăn
bình đông nước miệng hai thằng
chẳng chi ái ngại chia sòng phẳng luôn

*

Di Linh, Đức Trọng ngạch nguồn
Lâm Đồng đầu mối phố phường mở ra
Đà Lạt thấp thoáng cửa nhà
đường xe lối ngựa bày ra trong lòng

*

đến thành phố chạy lòng vòng
đang lên chợt xuống đang trầm bỗng thăng
đồi nằm cùng bãi dăng dăng
hoa cao không quá đầu, chen cây già

xứ lạnh người đẹp màu da
tiếng đồn như vậy, tiên sa cõi nào ?
xe chậm như bước tiêu dao
qua năm bảy lối chưa chào được ai

phố này hơi thiếu áo dài
hơi khan thiếu nữ xỏa vai tóc thề
đêm xuống nhanh, phải sớm về
phòng trọ hạng rẻ tay kê đầu nằm

định ngày mai sẽ ghé thăm
danh lam thắng cảnh thác gầm suối reo
thong dong trong xác xơ nghèo
ham chơi cho biết đất đèo Lâm Biên

Lang Biang hồn Tây nguyên
tỉnh Tuyên Đức nhớ nai miền hoang sơ
khuya chong đèn viết câu thơ
không nhất quán được nuôi vào những chi ?

*

đời dài được mấy chuyến đi
nhớ mơ hồ ngỡ như y giả vờ
quê hương trong bụng lộn nhào
thật khó mạch lạc may sao đều buồn
LH, 11,00AM 26-6-2024

Hoàng Grọng Bân & Luân Hoán

NHA TRANG THÀNH PHỐ LƯỚT NGANG NHIỀU LẦN

Nha Trang con đất ghé ngang nhiều
nhưng lững thững xem chẳng bao nhiêu
mười lần đủ chục chân chống đất
phố cùng quốc-lộ-một buồn thiu

xe dừng nửa tiếng kém hay hơn
phụ thuộc tài lơ từng bữa cơm
trà đá uống nhiều hay nốc ít
hôi lấn bay thơm chuyện ba lơn

cũng phụ thuộc vào máy, lốp xe
tắt rồi đề lại có ai dè
lơ quay tay mỏi, tài to tiếng
chửi mỏi miệng mình máy im re

nắng nóng lạ kỳ trí nhớ ngon
ông Minh Kỳ viết thật có hồn:
"Nha Trang là miền quê hương cát trắng…"
tôi mến Nha Trang nhờ nhạc ông

càng quí thêm "Nha Trang Ngày Về"
Phạm Duy thủ thỉ rũ "danser"
tủi thân du khách mê đất nước
lải nhải hát thầm như u mê

*

tôi khách vào nam yếu địa, lơ
dành riêng một chuyến để ghé vô
săm soi cảnh sắc được ca tụng
thú thật thiếu gan đành hững hờ

tin tưởng Nha Trang có biển xanh
ôm tỉnh Khánh Hòa giữ yên lành
Đá Chồng chưa ngó mà như thấy
Tháp Bà chưa đến ngỡ dạo quanh

khổ bởi nơi này không quen ai
thi vị làm chi vạc áo dài
ai cho mượn tạm làm trang giấy
nắn nót tình thơ chuyện gái trai

ví được giống như biển Qui Nhơn
chiều, đêm tôi đánh giấc chập chờn
tất cả bạn hiền Trần Hữu Chí
chủ quán Gió Khơi rượu lót lòng

nhắc tới nói ra càng bần thần
Nha Trang đẹp thế lại vô tâm
cái nghèo tuổi trẻ chơi chưa tới
những chuyến lãng du thật bình dân

*

hết hẹn được rồi Nha Trang ơi
đi ngang ngó vội đành vậy thôi
kiếp tôi không ngắn mà vô phước
đất nước quê hương đỏ sắc trời

có nhớ chăng là nhớ bến xe
lời chào hàng vặc vui tai nghe
phố nhà ná ná buồn câm đứng
ngày trắng đêm đen những bóng đè
LH - 4h05 AM, 27-6-2024

HẬU QUẢ CHUYẾN THĂM QUI NHƠN BÌNH ĐỊNH

đến Qui Nhơn mang về nỗi hận
tưởng bế mạc đời ứa lệ thương con
rượu thuốc lá ngày đêm chơi đậm
triền miên chong hai mắt vô hồn

quán nhậu Chí làm ăn khấm khá
bạn chung bàn tứ, ngũ năm xưa
Phan Châu Trinh dễ ai bay bướm
ngang cơ thằng này, chắc hẳn chưa

bỗng bỏ học vào Qui Nhơn sống
ba thằng thăm đều có gia đình
Chí độc thân luôn ôm mộng lớn
ôm nhiều cô hầu hết khá xinh

*

thăm bạn ngó Qui Nhơn đang đẹp
dáng thị thành chững chạc thành hình
mặt hàng dựng cửa nhà cao rộng
vắng nữ sinh nhưng lắm nhà binh

Chí mở quán ngay trên cát biển
(chẳng rõ tên, gọi đại Qui Nhơn)
biển có sóng đương nhiên lắm gió
không biết có còng se cát không ?

uống bia nhạt bạn cho ngã rượu
một chai Rhine đục đục nước cơm
nếu mới uống ngỡ như mùi rệp
quen lưỡi rồi họng ngọt khá ngon

mồi tươi rói những con cá biển
tiếc cho tôi chi khoái món tôm
chỉ tên gọi vừa nghe đã đã
hình dung thêm đời chẳng chi hơn

Tùng và tôi xuề xòa quen tính
Pháp, ông thầy luôn thói chỉn chu
gặp lại Chí trên trời dưới cát
chuyện hàn huyên nói uống lu bù

khuya khách sạn chiều mai chơi tiếp
biển Qui Nhơn giống biển Thanh Bình
ngó hời hợt thấy chung chung vậy
sóng gió và mọi thứ gập ghình

Qui Nhơn nghèo y như Đà Nẵng
nhà cửa so le cái thấp cái cao
nhưng hai nơi đều đông dân nhậu
thời chiến tranh biết chết giờ nào

phố tỉnh lẻ hầu như đều vậy
mặc cảm không bằng góc thủ đô
đâu ai biết cũng chơi tới bến
uống là quên dù nho nhã thế nào

*

sau một tuần trở về nhiệm sở
Pháp Sao Mai, Tùng Việt Nam Công Thương
hai thằng đó không chi đáng quở
Thương Tín cái tôi sốt thất thường

ho từng tràng, dây dư tiếng một
sốt buổi chiều buộc phải chụp phim
phổi nám rồi, Lang khuyên bỏ rượu
thuốc lá cai, tái mặt nằm im

ngày ngày phơi mông trụ sinh lụi
gần năm năm mới thật an bình
món quà Qui Nhơn ? không phải vậy
lỗi tại tôi làm tướng khoe mình

*

chừ thỉnh thoảng bạn bè gọi nhậu
chăm chỉ ăn, tiếng lóng phá mồi
bạn mới quen thường chê yếu rượu
trong thoáng buồn chợt thấy buồn cười

điều đáng tiếc đi chơi lần đó
quên lững luôn Bình Định sáng ngời
tỉnh của phố với bao hảo hán
võ văn danh lừng lẫy tuyệt vời

chừ khỏi nhắc chi thêm mắc cở
chào biển Kỳ Co, đảo Hòn Khô
mọi địa linh đều giàu nhân kiệt
xin gửi tình sông vịnh Hầm Hô

*

già ngỡ lú hóa ra chưa hẳn
nhớ như in nhắc lộn xộn thôi
còn cái nhớ là còn cái tiếc
và chắc một điều: tôi còn tôi.
LH- 7.01 AM

trần hữu chí - châu văn tùng - lê ngọc châu
biển Qui Nhơn 1970

châuvăn tùng lêngocchâu nguyễnvănpháp

quán GIÓ KHƠI
của Chí, biển QuiNhơn

Qui
nhơn
1970

NHỚ, THẬT NHỚ QUÂN TRƯỜNG BỘ BINH THỦ ĐỨC

nhớ, thật nhớ Vũ Đình Trường
một, hai, ba... bước rất đường bệ, oai
cúi đầu ngang Trung Nghĩa Đài
vừa mong vừa ngại ngày mai về trường

nhớ, thật nhớ Đại Giảng Đường
vai cõng cái ghế đến trường, thật vui
" Đường Trường Xa..." hát vang trời
trên đầu trọc lóc rạng ngời nắng mai

nhớ, thật nhớ đôi mắt ai
gánh sương-sâm đợi nghiêng vai cúi đầu
ta đâu đã nói gì đâu
mà em đôi má đỏ au thật kỳ

nhớ, thật nhớ cái vành ly
hương mùi rượu mạnh nhâm nhi, cụng, cười
Lộc, Tùng, Pháp, Chỉ... ngã người
lên đêm thiết giáp ngủ vùi, không say !

nhớ, thật nhớ hai bàn tay
Mai Xuân Châu đỡ ta lăn quay nằm
ói lên bạn những phong trần
đầu đời cầm súng phân vân cầm chừng

nhớ, mãi nhớ hàng số quân
sáu mốt - hai không ba - chín không năm, phận mình
hai tấm thẻ bài rung rinh
không kịp buộc ngón chân rình địch quân

...

ra trường từ đó quay lưng
tâm tiếc nhớ vọng về Trung Nghĩa Đài
thây không phơi cùng kẽm gai
buồn, thật buồn, đứa con trai chết già

09-01-2019

1 góc nhỏ trường Bộ Binh Thủ Đức

NHỚ NGƯỜI BẠN BÉN ĐẤT BÌNH DƯƠNG

vài ba lần giả tưởng
hàng trăm lần ngủ mơ
may được một lần thật
với vô cùng bất ngờ

nhạc phụ bị tai biến
tin buồn từ Việt Nam
28 năm đi biệt
có dịp nhìn phố làng

cấp kỳ cặp ngơ ngáo
bay vội về Sài Gòn
Đà Nẵng chưa có chuyến
bay đi về thong dong

*

cháu đón về nhà chị
anh chị sau lư hương
đợi thằng em không được
chị bực mình đi luôn

cháu nhắc mua sim đổi
và chở chạy lòng vòng
cái Vertu nặng trịch
cục gạch này khó lòng

cuối cùng cũng gọi được
Lê Vĩnh Thọ Bình Dương
Thọ bận, bảo chạy xuống
nhớ đường đâu, chịu buồn

*

cha già cùng Đà Nẵng
thăm ở gần hai tuần
vào Sài Gòn một bữa
sẽ đi cùng nhớ nhung

không dám gọi Thọ nữa
xin lỗi thầm trong lòng
một phần sợ tai nạn
ngồi xe ôm ruổi rong

gọi nhờ Nguyên Hạo đến
chở thăm chị Minh Quân
mươi phút ngồi quán ngó
cà phê, những nơi từng…

người họ Ngụy đông đảo
giữ phong thái Sài Gòn
thủ đô tên tạm mất
thị dân vẫn giữ hồn

*

Hạo về, còn một tiếng
phải vào gần đường băng
lưỡng lự rồi cũng gọi
Uyên Nguyên Lê Hiếu Đằng

tình vui thật cởi mở
định gọi liền Huy Giang
bỗng nhiên thấy sợ sợ
tình nhớ bị cắt ngang

một đời vui giàu bạn
gần như đã cáo chung
mọi việc đời hữu hạn
cái bang cũng lạnh lùng

nhìn trước đường nhà chị
kỷ niệm riêng chập chờn
nắng ngã bóng tri kỷ
của chính mình cô đơn

*

ngồi trên tàu bay bổng
em dỗ thôi đừng buồn
xốn mắt mây dồn đống
nhớ, thật nhớ Bình Dương

nghĩ quẩn, về phải gặp
thằng bạn thân tình này
sao dật dờ dật dưỡng
bỏ mất cái bắt tay

hình ảnh qua Chợ Búng
hỏi Lữ - chợ Bún à ?
bạn nhà thơ xin Huế
vụng giải thích qua loa

lần đó sao vui thế
- ba chục cây lận à ?
cọc cạch rồi cũng thấy
Trịnh Hoài Đức hiện ra

nhà bạn ta gần cổng
nam nữ sinh đến về
nhớ đã đứng sững ngó
như một thằng u mê

rồi Thọ Lan cùng quở
- sao giống thằng Cao Mên
đen như cột nhà cháy
mà đã đến số hên !

*

ngày đó là ngày đó
bây giờ là bây giờ
máy bay xuôi, ngược gió ?
lòng cũng đều phất phơ

Bình Dương ơi, thú thiệt
không biết như Bến Tre
giả dụ "phải lòng…" nữa
cũng chỉ xin ngậm nghe

dù sao xin vui với
sự phát triển tưng bừng
phố của Thủ Dầu Một
hẳn như cái sống lưng

dân đông tăng trưởng tốt
lượng sản phẩm dồi dào
dẫu nhìn qua hình ảnh
như đọc hạnh phúc cao

*

cảm ơn người bạn quí
tốt bụng Đặng Châu Long
đều đều về thăm Thọ

cho xem ảnh ấm lòng
bạn thơ ta, ta hiểu
lý tưởng cao vời vời
triền miên nỗi bất mãn
chẳng nể nang chi người

Phan Nhật Nam từng kể
thân thiết chợt không vui
làm ta nhớ một thuở
Cao Thoại Châu cùng chơi

trực tính và thẳng thắn
Tấn Lộc, Võ Kỳ Điền
một số đông đồng nghiệp
một thời cũng phải kiêng

*

thật lòng ta nhớ đến
Bình Dương chỉ bởi vì
Lê Vĩnh Thọ lập nghiệp
như đóng đinh, không đi

có thể cả Đà Nẵng
quê vợ cũng không về
sau 75 như hết
những thân tình đất quê ?

Bình Dương cho xin lỗi
nhớ nhắc không thật tình
nhưng mong rằng nuôi tốt
người bạn chịu hòa mình

và dĩ nhiên xin lỗi
người bạn không thể quên
như chưa quên ngã ngựa
và bạn kéo ngược lên

LH. 5h54 AM, 9-7-2024

Nhà thơ Lê Vĩnh Thọ

THEO EM QUA CẦU RẠCH MIỄU

xưa ta bồng bềnh qua phà
chừ ôm eo ếch em qua cầu này
sông của Bến Tre, miền tây
mỹ danh Rạch Miễu nghe đầy âm linh

dạt dào bát ngát thân tình
xe chen xe chạy lộ trình miên man
tương lai trước mặt địa đàng
mở ra hạnh phúc chứa chan vốn đời

người quen người lạ cùng vui
thỉnh thoảng liếc mắt nhau cười xã giao
môi che khẩu trang, không sao
làn hơi người gởi ngọt ngào cho nhau

rạng rỡ sáng nét sang giàu
miền tây trong những tỉnh đầu phồn hoa
ta theo em ghé qua nhà
trồng cây thương nhớ la đà sân trưa

người nhìn thấy ra ta chưa ?
ta nhập trong dáng em vừa lớn khôn
không khẩu trang che môi son
nón vàng bảo hiểm mắt tròn như nai

quai xách nặng một bên vai
vai kia ta ngã đầu tài tử thơ
ngày xưa ta chỉ vẩn vơ
bây chừ ta thiệt tình vào Bến Tre

đừng ngại tuổi đời so le
đẹp như lục bát vần vè cặp đôi
Rạch Miễu phà, Rạch Miễu cầu
cùng một ví trí nương nhau nuôi tình…

LH - 09h38 AM
Ghi chú: ảnh mượn trên báo VNExpress
của nhiếp ảnh gia Hoàng Nam, hôm nay, 26-2-23

MỘT CHUYẾN VỀ HÀ NỘI

không qua cửa khẩu Sài Gòn
đến thẳng bãi đáp ngon hơn: Nội Bài
nhìn Hà Nội vào sớm mai
"trái tim cả nước" sửa sai rất nhiều
không còn nặng vóc tiêu điều
phồn hoa như thiệt, yêu kiều lộ ra
tôi đi giữa phố chật nhà
"gặp màu cờ đỏ mưa sa Trần Dần"

đổi đời trên năm mươi năm
cải xanh khác với rau răm về trời
lang thang “thăm quan” nhiều nơi
“hoành tráng” tụ điểm ăn chơi tha hồ

mức sống thị dân rất cao
quần bò váy ngắn ô tô vù vù
mất bóng đầy-tớ chiến khu
không khí cách mạng mùa thu không còn

lột xác từ cái bù lon
từ kiểu xả rác nặng hồn văn minh
Hồ Gươm, sân cỏ Mỹ Đình
hàng cây hoa sữa rung rinh nắng trời

ngôn ngữ thay đổi tuyệt vời
sát với cuộc sống nhậu ngồi ôm lăn
đoạn tuyệt lễ phép lăng nhăng
tiếp thu đẳng cấp cho bằng dân sinh

“vô tư” liền với vô tình
tự do tuyệt đối đếch rình rập ai
báo đảng liền với đảng đài
tiếng nói đồng điệu qua tai mỗi giờ

thừa nhà văn dư nhà thơ
giải thưởng văn học nước ngoài bội thu
người chơi bướm kẻ chơi cu
nếp sống trưởng giả chừng như lan tràn

khó thấy mầm mống cửa hang
“lò” chỉ đốt củi làng nhàng ba xu
sai phạm cao nhất, được xù
khi tay ấm tệ cùng mu dẫn đường

tôi, người khách kém văn chương
từ tư bản ghé thiên đường, ngớ ra
đội mưa lội nước trong nhà
nhớ tiên sinh ngẫm mưa sa dưới cờ

"không đâu đẹp bằng thủ đô"(1)
dù phố mang tên bác Hồ cũng thua
không được phép thăm lăng vua
xa xa ngó vọng nước thừa cái tôi

sợ làm hỏng cuộc dạo chơi
tôi đi bụi chín mười nơi rồi về
tiếp quản văn minh chửi thề
bổ sung văn hóa u mê của mình

ngộ ra rất bất thình lình
chân chính vô sản chình ình tôi đây
kinh qua trời mỹ trời tây
về ao nhà thấy quê-đầy-mình luôn

rất may mất cảm giác buồn
6h13 | 4-15-2020
thơ Lê Vĩnh Thọ

Góc Cuối

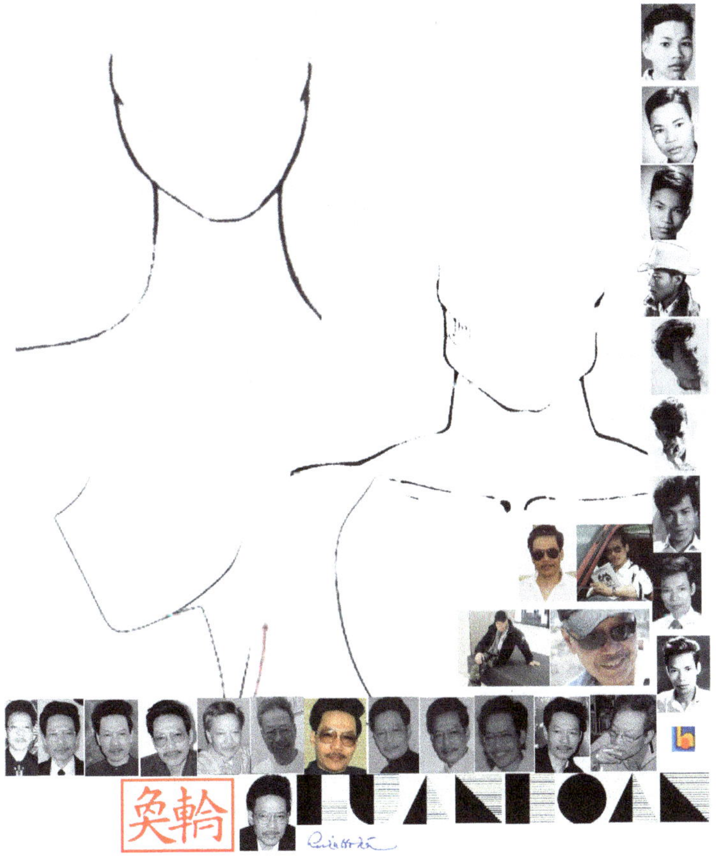

HỆ LỤY CÙNG RÀNG BUỘC

hôm nay vợ tôi nặng lời
nói như mắng
cô bỏ quên sự dịu dàng hiền thục ở sau lưng

anh thật là khờ
khởi đầu chỉ như vậy
tôi có hơi bất ngờ
lặng im
chờ nghe tiếp

dễ chừng hơn một phút sau
nhận thêm chấp vấn:

sao anh tự chặt đường đi của thơ anh về tổ quốc ?
anh đã già rồi
bản thân có thể không lưu vong
nhưng thơ anh lưu lạc
mãi mãi lang thang
trên xứ lạ

thơ anh quả chẳng là gì
ngoài những tâm sự
vu vơ nhớ nhà
mơ hồ gợi lại cùn mòn mươi hình ảnh
có thể chỉ đẹp riêng anh
nhưng tồi đến đâu
nhạt đến mức nào
em tin vẫn còn hồn trong đó

anh viết tự nhiên đơn giản
như anh thở
anh hắt hơi
anh trân quí khi viết
sao như lạnh nhạt lúc xong rồi một bài thơ

và chúng thật sự đã chết
khi anh cho vào những trang giấy in thành sách.
*
sách là nấm mồ chăng ?

thi phẩm anh chưng, hứng bụi mỗi ngày
và tăng dần số lượng con tinh thần
trong cuộc chơi anh đã cạn lãng mạn
đâu mấy khi anh đọc lại thơ mình
em tò mò theo dõi
một đôi câu có thần
anh nhớ ra chăng ?
anh viết cho có viết
in để thêm tên vào lý lịch vậy thôi
không chắc gì có tiểu sử

người làm thơ viết văn
ai không khởi đi từ ước mơ
anh chắc cũng vậy
nhưng vội phủi tay giao khóan cho bạn đọc
điều này hình như cũng đương nhiên

nhưng bạn đọc anh là những ai
được bao nhiêu
ngay cả bạn thân
em đồ chừng chỉ đọc tên sách
chưng hoặc không chưng trên kệ

nơi anh ra đời
nơi anh khởi nghiệp làm thơ
vốn rất giàu văn vật
những tên tuổi nhiều thời
được lưu lại
nhắc tên
trong vài tuyển tập
anh có không dấu tay mình ?

đường thơ anh không phải ngắn
phổi anh thở theo thời đại
ngôn từ do đó cũng lóc cóc theo
tiếng chân ngựa trên đường khô
tự nó không buồn
nhưng người nghe hiểu ra cái kiếp nhọc nhằn
thơ anh vụng mấy
cũng ứa nỗi buồn thân phận

thời chiến tranh
anh trực tiếp tham dự bằng xương máu
thơ có từ những cảm nhận sống thật
anh đồng phục quân trang
nhưng không có cái nhìn chung về cuộc chiến
lơ lững giữa phục vụ và cao ngạo
anh tả chân tường thuật
gói cái tôi bất lực trong bỡn cợt ngẫu nhiên
thơ anh không thể nào có trên những trang báo tâm lý chiến

thời thất thế khác đi
nhẹ nhàng những dòng bất mãn hoài nghi
đủ để lãnh bản án chống phá
cũng may bên cạnh có thơ tình
cùng các bóng hồng hư hư thực thực

rồi đi xa
thơ anh ít nhiều được chào đón
từ có nhuận bút đến không
hoàn toàn không chủ đích
em ủng hộ điều này
bởi thơ nên phải vậy
em nghĩ sai chăng
dẫu sai vẫn giữ quan niệm như thế

chẳng có ngày nào anh không làm thơ
kể cả vào bệnh viện
em mừng
đo sức khỏe anh bằng những gì anh chơi cùng chữ nghĩa

anh mong rồi bỏ
ý định in thơ trong nước để có nhiều bạn đọc hơn
anh tiếp tục được nhận tặng các tuyển tập từ quê nhà
Sài Gòn, Hà Nội
đôi ba tập thấp thoáng hơi anh
liếc nhìn thấy anh vui
đặt bàn tay lên bìa sách
em hiểu cái đặt tay của anh là nụ hôn
bởi anh từng làm như vậy với em
nhẹ nhàng ấm áp

em biết anh thầm chờ
một cái gì chung chung từ con đất từng chôn cuống rún
anh
từng có chùa một thời ấu thơ anh được "bán khoán"
anh tin chắc một điều
sẽ không bao giờ có hân hạnh đó
"Quảng Nam mà !"
chỉ ba chữ thế thôi
đủ nghĩa

con đường nghiêm chỉnh thơ anh
nay chợt mất hẳn cửa về
sau khi viết thêm đôi bài không vần điệu
em hiểu
anh viết để nhắc nhở mình
cùng lúc vẫn dồi dào thơ tình trai gái
đèo theo hồi ký cuối đời
một kiểu cho phép mình sống lại thời đã qua.

em đã lắm lời trách nhẹ anh
anh ngại trở về thăm chốn cũ
lây phiền đến cả em
anh biết đó
vé tàu con mua cho cũng phải hủy
ghét anh nhưng làm sao ghét được
26-11-2019

BÀI CUỐI CHO TẬP THƠ LINH TINH

quê hương gồm cả con người
không chỉ cây cỏ núi đồi biển sông…

thực, động vật gốc góp phần
chung hơi thở sống mặn nồng lồng vô
người có chữ, kẻ cần lao
dựng nên một cõi ngọt ngào thần linh

chính danh cõi ấy, quê tình
bầy đàn kết nối thông minh ngu đần
có thầy thợ công nông dân
ấm áp xã hội tay chân trí người

Hội An Đà Nẵng nơi tôi
ra đời hít thở chạy chơi học hành

thiếu tôi, không thể không thành
thiếu nhiều tôi, sẽ khó thành đất thơm
kể gần, nếu thiếu quí ông,
quí bà: Phan, Nguyễn, Lê, Ông, Võ, Hoàng…

đất chưa chắc thành giang san
tạm gọi cẩm tú bình an thế này

mỗi người chung góp điều hay
làm nên xứ sở cõi này chốn kia

hời hợt tôi, chỉ chầu rìa
lót chân hạnh phúc dám chia chi phần
nhưng nhớ đến nơi xuất thân
tự nhiên cảm thấy rất gần Việt Nam

cờ chủ đạo vẫn đỏ vàng
màu da sắc máu nồng nàn rồng tiên

chính thể chế độ chủ quyền
còn thay nhau nữa miễn liền thịt da
cùng ngôn ngữ khó chia xa
tấm lòng tổ quốc trải qua nhiều đời

buồn buồn gõ bậy giữ hơi
ghét thương có đủ người đời nghĩ riêng
xin thành kính chúc bình yên
khỏi tu gắng sống an nhiên tâm mình

lại nữa, lếu láo linh tinh
(làm thơ vốn nặng bệnh tình ba hoa)

thật may biết khó về nhà
gọi chung là bãi tha ma đội mồ

LH- 7h05 AM, 16-92024
Armand Lavergne Montréal nord PQ Canada

ĐỖ TRƯỜNG

LUÂN HOÁN – NHỮNG TRANG HỒI KÝ BẰNG THƠ

Cách nay hơn chục năm, tôi đã viết: Luân Hoán, người kể chuyện bằng thơ. Tuy nhiên, ngay sau đó tôi đã nhận ra, bài viết chưa thực sự mở ra được hồn cốt, kiến thức và khối lượng sáng tác đồ sộ của ông. Vì vậy, hôm rồi, nhận được tập bản thảo: Nỗi Nhớ Quê Nhà Từ Montreal, do Luân Hoán gửi tặng, dù đang rất bận, tôi cũng dành thời gian đọc ngay. Một cảm xúc khác, Luân Hoán đã để lại trong tôi, khi đọc xong tập thơ dày đến 300 trang này. Thật vậy, Nỗi Nhớ Quê Nhà Từ Montreal như một cuốn hồi ký về tình yêu, cuộc sống chìm vào nỗi nhớ quê nhà được Luân Hoán viết bằng thơ: *"càng già càng bớt nhớ nhà?/ quẩn quanh nhớ mỗi cái ta thật nhiều/ nhớ từ thời bé hạt tiêu/ phơi nắng giang gió thả diều, đi rông"* (Trí nhớ về chiều)

Ở tuổi 84, với gần bảy mươi năm cầm bút, có thể nói Luân Hoán là nhà thơ kỳ cựu, quý hiếm còn lại của Văn học Việt hiện nay. Do vậy, ở thể loại nào thơ của ông cũng mộc mạc, dễ hiểu đi sâu vào mọi tầng lớp người đọc. Tuy nhiên, không chỉ ở tập thơ này, mà xuyên suốt sự nghiệp sáng tạo, ta có thể thấy, sở trường Luân Hoán vẫn là lục bát. Tính trào lộng cùng những câu lục bát ngắt nhịp, vắt dòng (bắc cầu) này, Luân Hoán cho người đọc sự mới mẻ, với tiếng cười thật nhẹ nhàng:

"gốc gác nguồn cội Quảng Nam

ruột rà da thịt Hội An, thế mà
tôi như cục đất rã ra
trên sông Thu chảy mù xa bóng chìm (...)
Quảng Nam, tôi nuôi dưỡng hoài
trong âm nặng trịch lời sai nhạc vần
nhiều người nghe, trố mắt trông
lắng tai không chịu lắng lòng cảm thông (Xa Nguồn Mất Gốc)

*Tuổi thơ với những tháng năm quê nhà.

Bốn mươi năm lưu lạc nơi xứ lạnh Montreal, nỗi nhớ quê dường như thường trực trong hồn Luân Hoán. Một kỷ niệm nhỏ chợt hiện về, hay đọc một trang báo, một tấm hình về Hội An, nơi sinh trưởng cũng làm Luân Hoán bồi hồi xúc động. Và có lẽ, Văn học sử Việt ít có thi nhân văn sĩ nào giàu cảm xúc viết nhiều, viết kỹ về tuổi thơ như Luân Hoán. Thật vậy, chỉ bắt gặp Hội An qua một bức ảnh cũng đủ rung động, để ông viết nên những câu lục bát ngắt nhịp (xuống dòng) làm cho người đọc bâng khuâng, đồng cảm:

"nhìn ghe quá bộ thăm nhà
nhận mặt quen
nhớ ngả qua
một thời:
phố này, nơi tôi ra đời
đến hơn bốn tuổi mới dời thân đi
rồi về thăm,
rồi lại đi
ngày ăn đêm ngủ đôi khi qua vù" (Hội An Qua Ảnh Chụp)

Chẳng (phải) riêng Luân Hoán, mà dường như kẻ xa tổ quốc nào cũng vậy, mỗi khi nhớ đất Việt, thường nghĩ về đồng quê hương lúa, dù được sinh ra, lớn lên nơi phố thị. Và: Nhạt Nhòa Không Rõ Tứ Thơ, một bài thơ được Luân Hoán viết trong tâm trạng như vậy. Với lời thơ tự sự, cùng bốn khung cảnh, diễn biến tâm lý đến hành động như đoản văn có mở…và kết thúc. Có thể nói, Nhạt Nhòa Không Rõ Tứ Thơ điển hình về thi pháp, kỹ thuật sáng tạo (ngắt nhịp, vắt dòng) trong thơ lục bát của Luân Hoán. Và nó cũng là một trong số những bài hay, có hình ảnh rất đẹp, toàn bích nhất ở tập thơ này của ông:

"lọt lòng không ở nhà quê
lạ kỳ tôi khoái màu mè nông thôn

mê sắc tươi xanh mạ non
màu lúa-con-gái, màu rơm ngả vàng
màu khói bếp ấm nhẹ nhàng
trắng hồng bay bổng chuyển sang lam buồn

tàu cau ươn ướt mù sương
vàng pha trắng nở mùi hương ngọt trời
bộ lông lưng trâu bóng ngời
đen nhánh khi buộc phải rời đầm nông…"

Đọc Nhớ Chim Làng Thời Ấu Thơ, Luân Hoán làm tôi nhớ đến truyện ký Con Sáo Của Em Tôi của Duyên Anh. Cả hai cùng kéo hồn người về tuổi thơ, với những năm tháng buồn cô đơn, song thật hồn nhiên, trong sáng. Và ở đó, nhà thơ mượn những con chim nhỏ ấy, để gửi hồn mình về nơi quên nhà. Nhớ Chim Làng Thời Ấu Thơ làm cho nhiều người đọc đồng cảm và rung động, không hẳn bởi bài thơ hay, mà vì thi sĩ đánh đúng vào tâm lý những người xa quê, xa tổ quốc gần bốn chục năm như chúng tôi. Một bài thơ hay, đôi khi chẳng cần đao to búa lớn, từ ngữ trừu tượng cao siêu, mà chỉ vài ba chi tiết, hình ảnh giản dị đặt đúng tâm trạng, văn cảnh cũng đủ làm rung động, găm sâu vào hồn người đọc: *"một thời tôi chưa lớn/ mà biết mê rất nhiều/ chim là bạn quí nhất/ trong lòng tôi thương yêu/ chừ đã xa tất cả/ nghe đồn chim bỏ đi/ tôi nhớ từng chiếc lá/ nhiều loại cây thầm thì/ chim ơi cành nào đậu/ hơn là đất quê tình/ trót dại hồi hương nhé/ hãy nhớ nơi miếu đình".*

Và sông nước nơi đây đã nuôi dưỡng hồn thơ Luân Hoán. Để thi sĩ tìm đến cái rung động đầu đời ấy: *"dòng sông sáng nhờ cái duyên/ cây cầu nho nhỏ nghiêng nghiêng mở đầu/ tôi dắt xe- đạp lên cầu/ không phải vì mỏi, vì màu áo bay..."*

Phải nói, Luân Hoán có cái tài nắm bắt, khai thác tâm lý con người. Do vậy, dù viết về xã hội, hay tình bạn, tình yêu ông cũng làm cho người đọc phải bật ra tiếng cười. Rất nhẹ nhàng, song sâu sắc, và đôi khi vỡ ra như một thắt nút đã được gỡ bỏ vậy. Bởi, nhà thơ theo "*màu áo bay*" qua cầu. Một hình ảnh hoán dụ về người con gái, chẳng biết đẹp (hay xấu) làm cho Luân Hoán bỏ chạy. Và "Vĩnh Điện, Dòng Sông Mẹ Hiền" là một bài thơ như vậy. Nó điển hình về đặc điểm này trong hồn thơ Luân Hoán:

"dọc theo sông có hàng rào
cây xanh dẫn thẳng đường vào nhà em
nhưng rồi ngoài cổng ngó em
liền lui trở lại vịn lên tay cầu

mơ hồ nhìn nước chảy mau
thấy Thoan quá đẹp lắc đầu trốn luôn
Đynh Hoàng Sa đã bị thương
còn tôi có lẽ chỉ buồn sơ sơ"

Thời gian làm cho Luân Hoán thay đổi thẩm mỹ văn chương, cái đẹp của tình yêu con người chăng? Nên thi sĩ khoái: *"mê em màu mắt nâu nâu/ màu da lụa nõn ngã màu ngà voi/ yêu em dưới ánh nắng soi/ vàng nghiêng tóc chảy xuống vai dòng tình"*. Vì vậy, Luân Hoán dừng lại (không chạy nữa) để làm người họa sĩ, chỉ vẽ linh hồn em: *"vẽ đời chỉ dụng mùi hương"*. Và ngoài tính tự giễu, ta còn thấy được sự chân thực rất đậm nét trong hồn thơ Luân Hoán:

"yêu em tay lướt lung linh

nguyệt treo vàng tỏa thủy tinh lên đàn
tháng ngày mê mải sắc nhan
tôi thành họa sĩ hạng sang ngoài luồng" (Nhạt Nhòa Không Rõ Tứ Thơ)

Nếu được phép lựa chọn, với tôi: Kỳ Vỹ Hải Vân Sơn là bài thơ hay, đẹp nhất về đề tài quê hương đất nước trong tập thơ này của Luân Hoán. Ở đó, nhà thơ hình tượng hóa (hay ví) Hải Vân như một cô gái đoan trang, mỹ miều. Bởi vậy, ta không thể làm phép so sánh nhiều ít, nông sâu giữa Hải Vân và em trong sự xúc cảm, tình yêu của Luân Hoán. Nhưng chắc chắn có sự lầm lỡ, hối tiếc của em về một thời đã qua với thi nhân:

"mỗi chiếc lá mỗi trái tim
của rừng núi thật thiêng liêng nơi này
Hải Vân có mấy cánh tay
cánh nào cho phép tôi đây dựa vào?

đóa hoa loa kèn mỹ miều
dịu dàng tinh khiết đáng yêu, bây giờ?
phải chi em dám chọn thơ
biết đâu sống mãi trên tờ hoa tiên"

*Người lính với năm tháng nơi chiến trường.

Tốt nghiệp Trường Sĩ Quan Trừ Bị Thủ Đức, cầm quân ngoại mặt trận, sinh tử là vậy, song vẫn thấy Luân Hoán hồn nhiên, luôn tự giễu mình, giễu đời: *"tôi tham chiến liền sau khi tốt nghiệp/ cũng đàng hoàng hết khóa học chỉ huy/ ra cầm quân tập thêm vốn gan lì/ thật chưa kịp đủ chì bao nhiêu lắm*". Sự bông phèng ấy của Luân Hoán tuy giảm bớt cái nóng bỏng nơi chiến trường, song cho người đọc đồng cảm, xót xa thêm cho thân phận người lính trận:

"dính mảnh đạn vài lần cho em ngắm

hâm chín ngày tái khám mấy lần thôi
mặt trận tôi chơi, xứ địch đông người
và hầu hết người dân đều nhảy núi

tôi thuộc loại cảm thông người bất tử
nên nhiều khi lúng túng bị phản đòn
kể như ở hiền không được lên lon
mà bị loại chưa thâm niên chi mấy“ (Rớt Giọt Máu Mà Nhớ Chi Nhớ Miết)

Với tư tưởng, giọng thơ giễu nhại như vậy, nên đọc Luân Hoán, đôi khi ta cứ ngỡ, ông đi vào chiến tranh, đi vào cái chết dường như lãng mạn, thi vị lắm: *“ai bảo hành quân không là du lịch/ phiêu bồng hay không tự ở lòng ta/ vượt bao núi xanh ngủ ăn bờ bụi/ hương sắc cảnh tình đuổi địch ra xa“* (Đi). Nhưng không, chính lãng mạn, tự tại ấy đã cứu rỗi linh hồn cũng như thể xác thi nhân: *“sáng ngắm Sa Huỳnh, nhìn chiều Thạch Bích/ Nghĩa Hành hôn em chùng lén sau nhà (1)/ cảnh đã cứu em lẫn ta đổ ngã/ thân áp thân không tì nát nhụy hoa“* (Đi)

Đến Tam Kỳ - Lần Thứ Năm bài thơ mới được Luân Hoán viết vào tháng 6-2024. Tuy viết về chiến trận, song ta vẫn thấy tình bạn, cùng sự phi lý của chiến tranh, với quyết định khó hiểu, bất ngờ của các tướng tá chỉ huy, đưa đến sự chán chường của người lính. Bài thơ phảng phất tính thời sự, một sự bất bình, không hiểu sao lời thơ Luân Hoán vẫn rất nhẹ nhàng? Nhiều lần tôi lần tìm, song không ra được lời giải đáp. Âu có lẽ cái tạng thơ văn Luân Hoán là vậy:

“bò lên cao nữa, dàn chào
AK khai hỏa thật giao tranh rồi
mỗi trận đánh mỗi tuyệt vời
khác nhau từ vã mồ hôi, máu người

đang thắng thế, lệnh rút lui
hành quân nhiều lúc dở hơi, bực mình”

Nếu ta bắt gặp sự tàn khốc chiến tranh trong thơ Tô Thùy Yên, hay Linh Phương, thì ở Luân Hoán một khoảnh khắc nào đó, ta vẫn tìm thấy sự yên bình ngay nơi chiến trường. Và Sa Huỳnh nơi chiến trường, hay một mảnh đất xôi đậu được Luân Hoán lấy làm lời tựa cho một bài thơ như vậy. Có thể nói, Sa Huỳnh có hình ảnh, lời thơ rất đẹp trong diễn biến tâm lý của người lính nơi chiến trường. Với tôi, đây là bài thơ hay nhất ở thể ngũ ngôn trong tập thơ này của Luân Hoán. Chúng ta đọc lại những đoạn trích dưới đây, (mà tôi không thể lược bỏ thêm được nữa) để thấy rõ điều đó:

"...chợt thấy dạng người tới
liếc mắt năm sáu sư
đầu chân trần bình bát
một hàng dọc từ từ (...)

con đường sát dòng nước
khi các thầy ngang qua
nắng xô bóng ngã xuống
nghiêng nghiêng trôi thướt tha

một khoảnh khắc kỳ diệu
thanh bình trong lòng tôi
buổi chiều chính thức đẹp
ít phút đời tuyệt vời

khi bóng lưng cuối, khuất
tưởng như nhẹ cả người
muốn mở bản đồ đọc
nhưng vẫn yên lặng ngồi..."

Chẳng biết đường tình của Luân Hoán thế nào, song có thể nói, rất hiếm nhà thơ viết về tình yêu nhiều và mãnh liệt như ông. Mãnh liệt đến độ đang hành quân người sĩ quan Luân Hoán cũng trốn, bỏ để vào Trường Trần Quốc Toản tìm dáng thơ: *"có hôm lười bỏ hành quân/ một mình lững thững vào lùng dáng thơ/*

bác cai lịch sự cười chào/ hỏi khéo: thầy gặp thầy nào ở đây?". Khí thế là vậy, nhưng gặp em, dường như Luân Hoán bị quê độ, hụt hẫng: *"hình như có đám qủy ma lén cười/ khi vào phơi phới niềm vui/ lúc ra nặng những bùi ngùi bâng khâng"*. Bởi, có lẽ nhà thơ chưa đủ độ dày, độ chín chăng: *"ta như chưa đủ phong trần/ lính trận đọng nét cù lần thư sinh"*. Vâng, đây là bài thơ Ve Gái Trường Trần Quốc Toản (Quảng Ngãi). Tuy không nằm trong số những bài thơ hay của Luân Hoán, song ta thấy được sự pha trộn ngôn ngữ vùng miền trong thơ. Một trong những đặc điểm làm nên hồn vía thi ca Luân Hoán.

Thời gian cho ông quan (trai tơ) Luân Hoán dày dạn, trán bóng hơn. Do vậy, ông không vào trường nữa, mà dù về cafe phố phục kích dáng thơ của mình. Cùng tâm trạng ấy của người lính trận, nếu thơ của Nguyễn Bắc Sơn thiên về giang hồ, chán chường, và buông xuôi: *"Mai ta đụng trận ta còn sống/ Về ghé Sông Mao phá phách chơi/ Chia sớt nỗi sầu cùng gái điếm/ Đốt tiền mua vội một ngày vui"* thì thơ Luân Hoán nghiêng về cái lãng mạn, học đường: *"những em trường nữ dữ, hiền?/ đồng phục trắng nõn đương nhiên hẳn là/ những nàng tiên xoa dịu ta/ trong giờ bỏ trại tiêu pha nỗi buồn"*. Như những trang hồi ký được viết bằng thơ, cho nên tính chân thực, hay tên người, làng xóm hiển hiện rõ trong con chữ của Luân Hoán. Và, Trưa dù về phố uống cafe là một bài thơ điển hình như vậy:

"trưa dù về phố giấu lon
ông quan bé xí rất còn trai tơ
uống ly cà phê, ngồi chờ
từ quán Tám Hú, ngó giờ thường xuyên (...)
ai dè nắng giữa thinh không
sáng lên một gã quân nhân thất thường
câu thơ bụi hết nằm suôn
vào "Miền Trú Ẩn Hoang Đường" mất tiêu
tìm địch quân lì ra chiêu
tìm "hồn thơ" chẳng dám liều bỗng nên"

Kết thúc chiến tranh, cũng như những bạn đồng ngũ, người phế binh cụt chân Luân Hoán phải ra đi khi: *"khổ nhục tiếp theo cũng đã qua/ kẻ thắng mở ra "Đại Học Máu"/ chính nghĩa bất ngờ rõ nét ra"*. Và từ đó, Luân Hoán có cái nhìn khách quan, chân thực sâu sắc, rõ nét hơn. Vì vậy ngòi bút của ông: *"lý tưởng tin yêu càng dồi dào/ suy tư đơn giản theo câu viết/ màu mực chuyển sang màu máu đào"*. Và với Luân Hoán chỉ có tình yêu chân thực mới có thể vá lại những linh hồn rách nát của con người, nhất là những người lính buộc phải rời xa tổ quốc:

"làm kẻ nửa đời vô tổ quốc
bạn và tôi viết để yêu thương
chính mình, quá khứ và đơn giản
khỏa lấp từng đêm ngấm nỗi buồn" (Gửi nhà văn Hà Thúc Sinh)

***Năm tháng ly hương, với ước nguyện sau cùng.**

Có lẽ, không có nỗi đau, nỗi buồn cô đơn nào bằng phải sống xa tổ quốc. Và Luân Hoán cũng vậy, ngày thân đất khách, hồn đêm quê nhà. Nỗi nhớ thương thường trực trong lòng, buộc ông cô lại thành thi tập: Nỗi Nhớ Quê Nhà Từ Montreal. Và cùng một nỗi nhớ thương, song dường như mỗi người có sự biểu hiện, cảm xúc hay hành động khác nhau. Tuy nhiên, Luân Hoán nhớ nhà sinh tật đứng đường, kể cũng lạ. Dường như căn bệnh này chỉ có ở nơi ông: *"mỗi khi se sắt nhớ nhà/ tay thường chà nhẹ lên da thịt mình/ cảm nhận nhịp máu về tim/ lâng lâng vang vọng tiếng chim gọi đàn"*. (Nhớ nhà sinh bệnh đứng đường). Và trong sương khói mờ ảo, với căn bệnh đứng đường như vậy, Luân Hoán không chỉ nhìn thấy miền quê yên bình, nơi mình đã được sinh ra: *"mơ hồ thấy vồng khói lam/ nổi theo ngọn nắng chiều tràn nhánh sông/ vi vu theo gió thinh không/ giọng ru em trải mênh mông ruộng đồng"* mà ông còn thấy bi thương của Đà Nẵng, thành phố mấy chục năm gắn bó. Với biện pháp tu từ so sánh, Luân Hoán làm cho ai đọc cũng phải bật ra tiếng cười xót xa: *"một thành phố không ăn xin ăn trộm/ chuyển nhanh qua ăn hối lộ như rươi/ bọn xếnh xáng không còn mua gái nữa/ mua đất xây nhà lập căn cứ "trồng người"* (Sót lại trong trí nhớ)

Đọc bài, Mì Quảng từ tay em, chợt cho tôi nghĩ: Hiện nay, Luân Hoán và Trần Mạnh Hảo là hai thi sĩ làm thơ nhanh, với bất kể đề tài nào dù là nhỏ, và tầm thường nhất. Tôi đã đọc, và liên lạc với Luân Hoán mấy chục năm nay, nên hiểu khá rõ tài năng này của ông. Còn Trần Mạnh Hảo cách nay chục năm, tôi rong ruổi chở ông bằng xe hơi hàng ngàn cây số khắp Đức - Tiệp. Nơi đâu ông cũng có thơ, từ cây cầu, bức tường, tảng đá…một cảm xúc nào đó, cũng bật ra thơ. Tất nhiên, nhanh ứng khẩu như vậy, không phải câu thơ, bài thơ nào của Luân Hoán, của Trần Mạnh Hảo cũng hay.

Và Mì Quảng từ tay em, là một bài thơ ra đời (trong tích tắc nhanh gọn) như vậy của Luân Hoán. Ở đó, Luân Hoán đã mượn tình yêu của người vợ, cứ như định luật bắc cầu trong toán học vậy, để thổ lộ nỗi lòng của mình với quê hương Xứ Quảng. Có thể nói, đây là bài thơ dân dã, song mang nhiều thông điệp đến người đọc, mà tôi rất khoái:

"nhờ nhai luôn nghĩ tới
quê hương trong miệng ta
không dám nịnh vợ quá
nhưng em nấu mì ngon
ăn như đang hưởng lộc
ăn như đang được hôn
mì Quảng ơi mì Quàng
nhạt quốc túy còn hồn"

Vẫn cọng mì, và đôi đũa tre thuở ấy, Luân Hoán không chỉ cho thấy tình yêu, thủy chung nơi quê nhà, mà còn cho ta thấy sự quan sát tỉ mỉ, tinh tế với lối so sánh ẩn dụ: *"im nhai từng cọng lòng thòng/ hương cao lầu thuở phải lòng ai xưa/ ngọn đũa nhựa hình như thua/ chất tre thấm nước lèo đưa đẩy tình*" (Thăm nơi ra đời).

Ở cái xứ lạnh Canada, có lẽ may mắn nhất cho Luân Hoán luôn nhận được sự ấm áp từ người vợ. Bởi bà luôn bao bọc, an ủi thúc giục Luân Hoán làm thơ, viết văn. Sự cảm thông, cùng đồng hành này của người vợ giúp cho Luân Hoán đi đến tận cùng trang thơ. Thành thật mà nói, tình yêu, đức hy sinh ấy của bà dành cho Luân Hoán, rất ít nhân văn thi sĩ nào có được. (Trách gì, nhìn ông Luân Hoán mặt lúc nào cũng phơi phới). Do vậy, đọc Hệ Lụy Cùng Ràng Buộc của Luân Hoán làm tôi xúc động. Lời tự sự ấy của người vợ không đơn thuần chỉ an ủi chồng, mà nó như một châm ngôn, triết lý sống vậy:

"anh viết tự nhiên đơn giản
như anh thở
anh hắt hơi
anh trân quí khi viết
sao như lạnh nhạt lúc xong rồi một bài thơ
và chúng thật sự đã chết
khi anh cho vào những trang giấy in thành sách.
sách là nấm mồ chăng?
chẳng có ngày nào anh không làm thơ
kể cả vào bệnh viện
em mừng"8

Với thi sĩ Du Tử Lê: " *Khi tôi chết hãy đem tôi ra biển*", còn Luân Hoán ước nguyện cuối cùng: *"chỉ là mộng ước tào lao/ thằng em mua được chỗ nào vùi sơ/ hồn người trộn lẫn hồn thơ/ có mùi quê quán trộn vào hư vô*" (Hồi Hương). Sự trộn thể xác, linh hồn của hai thi sĩ Du Tử Lê, và Luân Hoán vào đất vào hồn nơi quê nhà đều cho người đọc cảm giác chờn chờn, rợn rợn. Chỉ là tám câu thơ lục bát, Hồi Hương như những lát cắt tâm trạng của Luân Hoán. Tôi nghĩ, bài thơ này được vắt ra từ nước mắt của thi nhân. Đọc nó làm tôi cứ bâng khuâng, lửng lơ mấy cả buổi chiều, khi chiếc lá thu vàng đã rơi rơi trước hiên nhà:

"ra đi
nước mắt chảy thầm
trở về
mất dạng điếc câm đời thường
cái hũ nho nhỏ
ngấm buồn
nhúm cốt
nguội lạnh
như tuồng lao chao"

Có thể nói, tập thơ Nỗi Nhớ Quê Nhà Từ Montreal là những trang hồi ký nỗi buồn đau của Luân Hoán và của cả những thân phận lạc loài như chúng tôi. Lời tự sự cùng giọng thơ giễu nhại cho người đọc tiếng cười sảng khoái, nhẹ nhàng. Gần bảy mươi năm cầm bút, ông để lại cho đời nhiều tác phẩm giá trị về cả nội dung lẫn nghệ thuật. Tuy chốt bài viết này bằng bài thơ Hồi Hương, nhưng tôi nghĩ, Nỗi Nhớ Quê Nhà Từ Montreal chưa phải là tập thơ cuối cùng của Luân Hoán. Bởi, bước vào tuổi 84 sức khỏe cũng như hồn thơ ông vẫn còn rộn ràng, tươi trẻ lắm.

Leipzig ngày 27. 9. 2024
Đỗ Trường

Nhân Ảnh
2024

Liên lạc tác giả:
lebao_hoang@yahoo.com

Liên lạc Nhà xuất bản
han.le3359@gmail. com
(408) 722-5626

www.ingramcontent.com/pod-product-compliance
Lightning Source LLC
LaVergne TN
LVHW020818061026
849530LV00003B/27